KAPITAN SINO

NI BOB ONG

avenida

This edition published in May 2022
First published in the Philippines in 2009 by Visprint, Inc.

KAPITAN SINO
Copyright © 19th Avenida Publishing House 2022
Written by Bob Ong
Cover design by Klaro de Asis

The moral rights of the author and illustrator have been asserted.

All rights reserved. The reproduction or transmission in any form or by any means, electronic or mechanical, including photocopying, scanning, uploading, and electronic sharing of any part of this book without the permission of the author and the publisher is unlawful piracy and theft of the author's intellectual property. If you would like to use material from the book (other than for review purposes), prior written permission must be obtained by contacting the publisher. Thank you for your support of the author's rights.

This book is a work of fiction. Any similarities to existing persons (living or dead), places, icons, or institutions, are purely coincidental, or were used in the pursuit of creative excellence.

Published by:
19th Avenida Publishing House
Imus City, Cavite
myavenida.com
avenidabooks@gmail.com
/myavenidaph

ISBN 978-621-8264-09-0

1 3 5 7 9 10 8 6 4 2

I SUPPORT FILIPINO AUTHORS.

STOP BOOK PIRACY.

Para kay
Kay A. Gram

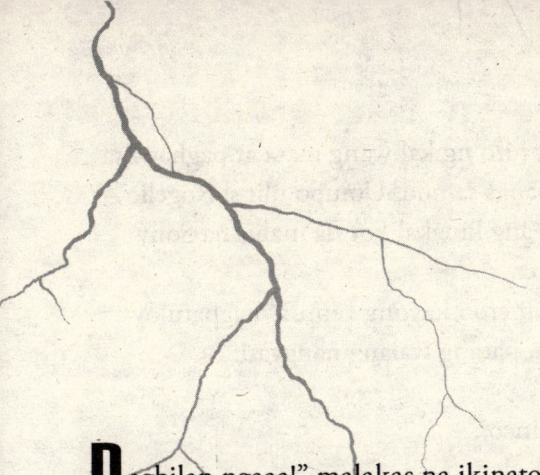

"**P**agbilan ngaaa!" malakas na ikinatok ng pitong-taong gulang na bata ang hawak na barya sa pasimanong kahoy. "Chikinini…Pritos Ring…saka StarKist!"

"Wala."

"StarKist?"

"Wala," hindi lumilingon si Rogelio.

"Rinbee."

"Wala."

"Wala pong Rinbee?" nalungkot ang bata. "Eh, Cheezums?"

"Hindi na kami nagtitinda, di ba?" Tumayo si Rogelio mula sa upuang yantok para kausapin ang batang babae, "Tingnan mo, may nakikita ka pa ba ditong paninda?" Itinuro niya sa bata ang paligid niyang puno ng mga sirang TV, bentilador, radyo, at iba pang lumang makina. Humaba ang nguso ng bata sa dismaya, kasabay ng pagkusot nito ng kaliwang mata at paghawi sa sagabal na bangs sa noo. Umupo ulit si Rogelio at binalikan ang kinakalikot na maliit na Sony cassette player.

"Kuya, meron kayong Lipps?" nagpatuloy din ang bata, parang walang nangyari.

"Wala."

"Mr. Cinco?"

"Wala."

"Texas?"

"Wala. Wala akong Texas." Kinuha niya ang dalawang bubble gum na nakapatong sa lumang garapon ng Lady's Choice sa tabi niya at iniabot ito sa bata. "Pero meron akong Tarzan kung gusto mo. O, ayos na tayo ha?"

Masayang tinanggap ng bata ang mga libreng bubble gum at agad tumakbo palayo matapos magpasalamat.

Karaniwang araw lang ito ni Rogelio sa loob ng repair shop niyang nakilala bilang Hasmin's Eatery—dahil sa signboard na ni-recycle lang galing sa katapat na kainang nasunog dalawang araw matapos magbukas. Hasmin rin ang pangalan ng nanay ni Rogelio, kaya naisipan noon ng Tatay niya na hingin na lang sa may-ari ng kainan ang signboard at patungan ng "sari-sari store" ang bandang ibaba para umakma sa negosyo. Pero hindi na ito nangyari nang dapuan ng sakit si Mang Ernesto, kaya nanatiling 'eatery' ang dapat sanang sari-sari store. Isang dekada rin ang itinagal ng nasabing negosyo. Kaya kahit naubusan na sila ng paninda at naging repair shop na ang sari-sari store na binansagang eatery, di pa rin maalis sa mga lumang residente ng Pelaez ang bumili o tumambay sa harapan nito.

Hindi pa nababaril si Ninoy sa MIA nang manahin ni Rogelio ang tindahan. At sa loob ng halos limang taon, di na niya nagawang palitan pa ng "ELECTRONICS REPAIR SHOP" ang mali-maling karatula. Walang panahon, walang pintura, at wala rin namang pakialam ang mga tao sa pangalan ng shop niya. Dahil magaling, hindi siya nababakante sa trabaho. Maya-maya ang takbo sa kanya ng mga tao para magpagawa ng mga rice cooker, oven toaster, washing machine, tape recorder, video rewinder, turntable, family computer, Atari, Betamax, at Walkman. Pero wala siyang naiipon dahil kulang pa ang kinikita niya para sa pagkain nilang mag-anak at sa pagbabayad ng utang na ginamit nila noon sa pagpapagamot kay Mang Ernesto.

Katamtaman lang ang katawan ni Rogelio Manglicmot sa taas na 5'6". Kayumanggi. May maikling buhok na umaalon pakaliwa. Isang taon na lang ang kulang niya sa kolehiyo para makatapos ng ECE nang tumigil siya sa pag-aaral dahil sa kalagayan ng ama. Noon siya nagsimulang tumanggap ng mga ipinapagawang sirang gamit ng kapitbahay para kumita. Noon din nagsimulang mamasukang labandera sa iba si Aling Hasmin. Mapagbiro ang mundo, at maaga 'tong nalaman ng binata.

"Hoy, Rogelio! Ano na naman 'tong ginawa ng aso niyo?"

Bumagsak ang ulo ni Rogelio kasabay ng buntong-hininga. Narinig niya na naman ang kapitbahay nilang si Aling Precious.

"Irereklamo ko na sa barangay yang aso na yan!"

"Nakatali ho si ET!" magalang niyang isinigaw ang depensa.

"Nakatali, nakatali…eh, ano 'tong tae dito?"

Hindi na sumagot si Rogelio. Sa mga ganoong pagkakataon, kailangan lang talagang magsalita ni Aling Precious. At kung may sasagot man, importanteng kanya rin lagi ang huling salita. "Linis ka nang linis, kalat naman nang kalat ang mga kapitbahay mo!"

Ilang linggo pa lang si ET kila Rogelio. Bago noon, isang taon din silang nawalan ng aso. Kakaupo pa lang ni President Cory Aquino sa Malacañang nang lasunin ng mga tambay si Gizmo. Pero sa loob ng ilang buwan, walang puknat si Aling Precious sa pagbintang na gawa ng alaga ni Rogelio ang mga dumi ng hayop sa daan.

Masinop sa garbage segragation si Aling Precious. Lagi niyang pinaghihiwalay ang basura nila ayon sa kung alin ang aakuin at alin ang ibibintang sa kapitbahay. Ultimo mga tuyong dahon ng puno, di pinapatawad. Winawalis niya ito papunta kila Rogelio kahit na nakapasong palmera lang naman ang halaman sa harapan ng bahay ng nabanggit.

"P're!" biglang dumungaw si Jong sa shop ni Rogelio, suot ang kupas pero paborito nitong t-shirt ng USA for Africa na laging tineternuhan ng baston na Acid Wash. Kilala si Jong sa Pelaez bilang "Emilio Santiago." Hawig niya kasi si

Emilio Aguinaldo sa limang pisong buo kung pahahabain ang buhok, lalagyan ng shades at nunal, at gagawing Randy Santiago ang bayani—na lagi niyang ginagawa sa lahat ng limang pisong nahahawakan niya gamit ang ballpen. May kakaiba siyang paraan ng pagbigkas ng "pare." Medyo mabilis at nawawala ang "a," pero hindi naman eksaktong "pre" ang tunog. Parang "p're" ang kinalalabasan. Ano't ano man, alam ni Rogelio na iisa lang ang pakay nito sa pakikipag-parehan.

"Pwede ba mahiram kariton niyo?"

Napakamot ng ulo si Rogelio. "Isauli mo nang kumpleto ang gulong ha!"

"Sure thing, duling," hinila na ni Jong palayo ang kariton na kanina niya pa nalagyan ng mga scrap metal na malamang e ninenok na naman sa kung saang pabrika. Sandaling humaba ang leeg ni Rogelio para tanawin ang mga gulong ng kariton na itinutulak palayo ni Jong, sinisiguradong matino ang kalagayan ng mga ito at nasa ayos ang lahat nang hiramin ng kapitbahay niyang pangkista.

"Pagbeeelan ngaaa!" sumulpot na naman ang ulo ng batang babae sa pasimanong kahoy kung saan nito malakas na ikinatok ang hawak na barya. "Pagbilan ngaaa…. pagbeeelaaaan ngaaaaaa…….!"

"Ano yoOon?" sinakyan na lang ni Rogelio ang paslit.

"Meron kayong ice candy?"

"Ano'ng flavor?"

"Buko."

"Wala."

"Pineapple?"

"Wala rin."

"Melon?"

"Wala."

"Eh kuya, mangga?"

"Maliit, malaki?"

"Mmm…maliit po."

"Wala."

"Malaki?"

"Wala rin."

"Ano lang po meron?"

"Wala," halong asar at tuwa ang nararamdaman niya dahil ganado na rin siyang makipaglokohan sa bata. "Sinabi ko na kanina di ba, Ging-Ging, wala na kaming tinda? Wala na.

Ipinakita ko na sa 'yo yung shop ko. Gusto mo pumasok ka pa dito? Wala na kaming tinda."

"Hindi naman po Ging-Ging ang pangalan ko eh!"

"Alam ko, pero Ging-Ging na itatawag ko sa 'yo para parehas na tayong makulit. O mas gusto mo bang pangalan ang Irma Daldal?" Bumungisngis ang bata nang maintindihan ang pagbibiro ni Rogelio at tumakbo ulit papalayo, taas-baba ang dalawang kamay sa tagiliran na parang lumilipad na ibon.

Tiningnan niya ang relo. 9:54. Sumilip siya sa kalsada. Laman pa rin ng kalye si Aling Precious, tinititigan ang bawat taong nagdadaan, hawak ang walis tingting pero wala nang winawalis. Maya-maya pa e tinanaw ng aleng palawalis ang magkabilang dulo ng kalye, saka nangulangot, at tiningnan ang daliri: walang laman. Tinuhog ulit ang ilong nang pagkalalim-lalim. Maasim ang mukha ni Rogelio sa panonood nang biglang napalingon sa kanya si Aling Precious. Nagtama ang mga mata nila. Sa gulat, bigla siyang napayuko at natabig ang tumpok ng mga turnilyo sa mesa, dahilan para malaglag ang iba at mapunta sa ilalim ng sirang aircon sa paanan niya. Gamit ang kaliwang kamay, pinulot niya ang mga turnilyo isa-isa, habang buhat-buhat ng kanang kamay ang dalawang magkapatong na aircon na may sirang 21" black-&-white TV sa ibabaw kung saan nakahiga ang natutulog na pusa.

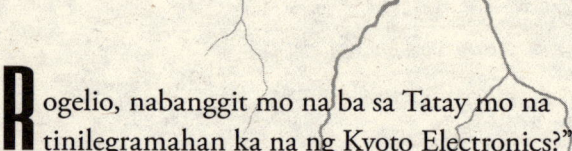

"Rogelio, nabanggit mo na ba sa Tatay mo na tinilegramahan ka na ng Kyoto Electronics?"

Halos matatapos na maghapunan ang mag-anak bago may nakapagsalita sa mesa. Tulad ng lagi, si Aling Hasmin lang ang tagabasag ng katahimikan sa bahay at gumagawa ng paraan para magkaroon ng kaunting kwentuhan.

"Ah, hindi pa ho," pinigil muna ni Rogelio ang pagsubo ng kanin. "Masyado kasing malaki yung placement fee, kaya medyo nag-aalangan din ako."

"Japan? Hindi mo na ba matagalan dito ang pag-aasikaso sa mga magulang mo?" tanong ni Mang Ernesto na may halong paratang. Naging mabigat ang loob sa kanya ng ama simula ng magkasakit ito. Hindi na sumagot si Rogelio.

Ilang minuto pa ulit ang lumipas bago nakaisip ng sasabihin si Aling Hasmin.

"Nakakatuwa kanina kina Mang Fred, pinanood nila sa Betamax yung bertdey ni Lyla na ibinidyo noong isang linggo."

Pinilit ni Rogelio maging interesado sa kwento. "Mang Fred?"

"Yung asawa ni Aling Sally. Di ba, hindi na nila ako pinaglaba noong akinse at may handaan nga raw. Pinakain na lang ako dahil isang taon na pala yung panganay nila, saka lilipat na yata sila ng bahay. Daming bisita! At lahat tuwang-tuwa sa bata dahil may hawig kay Matet!" Ngiting-ngiti sa pagkukwento si Aling Hasmin, pero wala itong epekto sa mga lalaking kasabay niya sa mesa. Tumahimik siya sandali at pinagpahinga ang ngiti, saka maingat na kinumusta ang asawa. "May gamot ka pa ba diyan? Gusto mo bang bumisita na tayo sa doktor?"

"Hindi na, huwag mo 'kong intindihin," nilagok ni Mang Ernesto ang natitirang tubig sa baso bago binuhat ang katawan papalayo sa mesa. Tinulungan siya ng maybahay sa paghatak ng upuan.

"Nasa center si Doktor, sumilip ako nitong hapon. Pero baka umalis na daw siya sa Linggo, matatagalan ulit ang balik." Walang reaksyon si

Mang Ernesto, nagpatuloy ang kabiyak. "Ang sabi naman nung nakapunta tayo, di ba, basta tuloy-tuloy lang daw ang gamot mo—"

"Hasmin…"

"Basta tuloy-tuloy ang pag-inom mo ng gamot, at pahinga—"

"Hasmin…Hasmin…."

"Gagaling—"

"HASMIN!" Bumigat ang paghinga ni Mang Ernesto nang ilang sandali bago malumanay ulit na nakapagsalita habang tinatahak ang kwarto. "Hindi na babalik ang dati. Walang gamot na makakapagpabalik ng dati. At wala tayong doktor!"

Mapagkumbaba at pilit na ngumiti si Aling Hasmin sa anak matapos mapahiya. Inipon na lahat ni Rogelio ang mga plato para dalhin sa lababo, nahihiya rin na nasaksihan pa ang nangyari sa ina. "Ako na maghuhugas, Nay."

"Oy, hindi! Ikaw na kaninang tanghali," mabilis na inagaw ni Aling Hasmin sa kamay ng binata ang mga hugasan at itinuloy ang pagliligpit ng mesa. "Magpahinga ka na nang makapag-umpisa ka bukas nang maaga. Gagamitin yata sa Field Day ng anak ni Aling Chummy yung karaoke."

"Nay," sumubok na magsabi ng kahit ano si Rogelio para pagaangin ang loob ng ina. "Si Tatay—"

"Hay, naku, huwag mong intindihin ang tatay mo. Mas gusto kong nakikipag-away 'yon, ibig sabihin malakas siya!" Ngumiti si Aling Hasmin. "Pag hindi na nagsalita yung matandang 'yon, mag-aalala ako!"

Natawa si Rogelio. Kahit papaano napanatag siya at kaya pa ring ngumiti ng nanay niya. Kumuha muna siya ng ipapakain kay ET bago kampanteng iniwan ang ina sa kusina.

UMAGA. NAKANGITI ANG araw. May sapat na hangin para hindi maging maalinsangan ang paligid, pero hindi naman sobra para makapagpalipad ng mga alikabok sa kalsada. Paisa-isang dumadaan ang mga gumagawa ng payong, naghahasa ng kutsilyo, at nag-aalok ng mga produktong special offer. Maganda ang pagsisimula ng trabaho ni Rogelio. Akala niya. Dahil sa kainitin ng pagbubutingting ng plantsa at kalaliman ng pag-iisip, narinig niya na naman ang anak ni Aling Precious na humihirit ng sintonadong Bananarama sa mikropono.

Labinlimang taon pa lang si Rogelio nang matutong tumugtog ng mga kanta ni James Taylor sa gitara. Ngayon, sampung taon ang lumipas nang walang practice matapos hiramin ng kaklase ang instrumento niya at hindi na isauli, wala na siyang alam tugtugin. Pero nandoon pa rin ang hilig niya sa mga kanta. At alam niya kung alin ang nasa tono, at alin ang wala.

*Boom Boom Boom, let's go back to my
room, so we can do it all night and
you can make me feel right...*

Alam niya rin na pag nag-umpisa na ang karaoke nina Aling Precious, masusundan ito ng malakas na component nina Aling Baby. Saudi boy ang asawa ni Aling Baby, at hindi ito basta-basta lang magpapatalo sa mga kagamitan ng kapitbahay.

*Swiss boy. You're in love with a swiss boy.
I don't know what I'm gonna do...*

At pag may malakas na tugtog sa kalye, tanggap na rin ni Rogelio na may isa pang bahay na mas magpapalakas pa ng radyo nito. Tapatan. Sanay na siya na para siyang nasa Raon kung saan tabi-tabi ang mga tindahan ng appliances na nagpapatugtog nang sabay-sabay. Mabwisit na ang mabubwisit. Nagtiis siya ng mga sampung minuto sa ganito, pinipilit isipin na wala siyang naririnig at payapa ang kapaligiran. Maya-maya pa, tumigil na ang tugtog kina Aling Baby. Ito ang oras na kinatatakutan niya. Dahil alam niyang sa mga ganoong sandali, reresbak na sa karaoke ang asawa nito:

"Nating sgona change my lab por you, you know naman my lab how much I lab you, deworld may change my whole layp tru but nating sgona change my lab por you…"

Napakagat siya ng ngipin at napapikit sa ngilo. Masigasig na padre de pamilya si Mang Boy, pero siya rin ang tipo ng taong pwedeng akusahan ng krimen pag may hawak na mikropono. Sa puntong 'yon, narinig niya namang mas tumindi pa lalo ang mga bira ni Jonymay na anak ni Aling Precious, at dinig na dinig din si Aling Precious sa background dahil wala na yatang mas itotodo pa ang mic at karaoke nila na pang-stadium na ang lakas.

I need your tender kisses, the feel of your hands, your caress, your perfume has me burning…

"Jonymay, bumili ka na ba?"

"Opo! Sandali lang!...*I need you so much.*"

"Bumili ka na muna ng Royco, hindi pa kumakain yang si Lucibelle!"

*"If you're not here by my side, can't hold back the tears...*Opo! Sandali lang! *I try to hide..."*

"Unahin mo na 'yon, wala namang aagaw ng letseng minus-one mo eh!"

*"Don't think I can take it...*Opo na nga sinabi eh!"

[mic feedback]

[tunog ng batang nakasubsob ang nguso sa mic]

[bata: *voooooo*]

[tili ng bata]

[bata: *HAVOOOOOO*]

[mic na itinutuktok]

[bata: *VOOOOHAAAVOOOOBAPSSSS...*]

[nakakabinging mic feedback]

PUMASOK SI BOK-BOK sa shop nang nakatakip ang magkabilang kamay sa tenga, may sinasabi sa kaibigan pero hindi naman ito naiintindihan ng huli.

"Wala sa akin!" sigaw ni Rogelio.

"Hindi! May *isphiskshipikshpo* na!"

"Ano?"

"Huh?"

"Ano'ng sabi mo?"

"Huh?"

"ANO'NG SINASABI MO?" sinigawan na ni Rogelio si Bok-bok. "Ano ba kailangan mo? Tanggalin mo yang kamay mo nang marinig mo 'ko, wala nang tugtog!"

Dahan-dahang tinanggal ni Bok-bok ang mga kamay sa tenga; wala na ngang mga nagpapatugtog. "Sabi ko may *Superman IV* na! Kina Jet's Video!"

"Malinaw?"

"Ewan ko. Kaya nga hiramin na natin eh… para malaman!"

"Yan din ang sabi mo dati sa *Karate Kid 2* eh."

"Bahala ka, maunahan ka…" napatingin si Bok-bok sa paligid ng shop ni Rogelio.

"Gan'on pa rin ba renta sa kanila?"

"Sandali," sumilip si Bok-bok sa kalsada, nakikiramdam. "Ano 'kamo?"

"Yung renta kila Jet, magkano na ba?" subsob sa trabaho, hindi tumitingin si Rogelio sa kausap.

"Ga—noon pa rin yata…sandali," lumabas si Bok-bok ng shop at tiningnan ang mga katabing bahay.

"Ano ba inaabangan mo diyan?" tanong ni Rogelio. "Yung potpot na naman na nagpapalit ng cheese curls? Ubos na mga bote't garapa dito ah!"

Bumalik si Bok-bok sa loob na parang litung-lito. "Brownout."

"Ano?"

"Walang kuryente."

"Oo nga 'no!"

Nakatitig lang si Bok-bok sa hawak ng kaibigan. "Yung soldering iron mo—gumagana!"

"Huh? Hindi!" nataranta si Rogelio sa pagbitiw sa gamit. "May natira lang sigurong init, kanina pa yan eh!"

Patay ang mga radyo ng kapitbahay. Patay din ang electric fan sa shop. Manghang-manghang itinuro ni Bok-bok ang nakasabit na bukas na bumbilya. "Paano mo ipapaliwanag yang ilaw sa ulunan mo?"

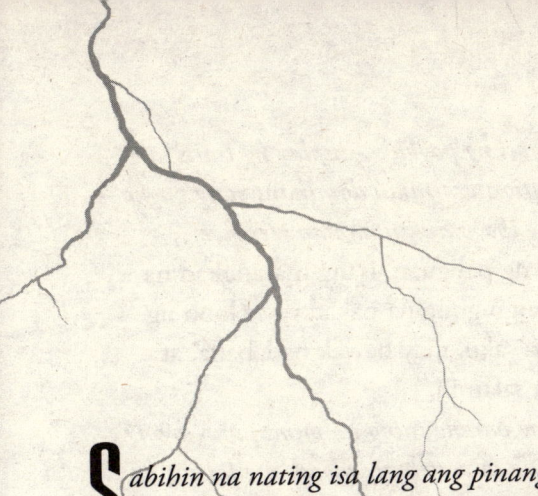

Sabihin na nating isa lang ang pinanggalingan ng mga organism sa mundo…pero iba-ibang circumstances ang pinagdaan nila at iba't ibang adaptation ang kinailangan para sa survival ng bawat isa…kaya nagkaroon ng iba't ibang uri… pero may mga organisms na bagama't hindi monophyletic, e nag-evolve din with similar traits, eto yung tinatawag na convergent evolution…

Malalim ang boses ng nagpapaliwanag na doktor sa umaandar na tape recording. Mula sa kama kung saan nakabalandra ang cassette recorder, nagkalat ang mga bagong hubad na jacket, kurbata, long-sleeve shirt, sapatos, medyas, sinturon, slacks, sando, at briefs hanggang sa banyo ng kwartong nababalot sa dilaw na liwanag ng bedside lamp.

Tingin ko dahil sa natural selection kaya minority species lang ang kinalabasan…at tulad ng usual heredity, malamang hindi rin naging pantay-

pantay ang level ng pagkaka-display ng traits sa bawat generation…minsan dominant yung pagka— uh—pagiging iba, minsan naman recessive…

Sa loob ng paliguan, isang matangkad na lalaki ang nanginginig na nakatayo sa loob ng nakabukas na sako, may hawak na labaha, at nakaharap sa salamin.

Siya yung parang tubig na pumupuno doon… ang pinagkaiba sa vertebrate blood, madalang na may respiratory pigments ang sa kanila, at hirap mag-transport ng oxygen…pero importante ito sa pagpapalit ng balat…at tumutulong din 'to bilang proteksyon laban sa mga sakit…sa ibang uri nga, depensa na rin to sa mga kalaban…

Pinipigil niya ang hininga habang kinakayod ang kulay bigas na balat. Matiyagang tinatanggal ang magaspang at makapal na buhok na bumabalot sa buong katawan, mula ulo hanggang paa. Kasabay ng pagbagsak sa sako ng mga matigas na balahibo ang pagngingitngit ng ngipin sa galit at sakit. Uulitin niya na naman ang ganito bukas ng gabi—kung kelan pinakamabilis tumubo ang mga buhok—at sa mga gabi pang darating, hanggang sa kamatayan n'ya.

Pero hindi hayop ang inililigtas natin, kundi isang tao…simpleng blood transfusion lang ang kailangan…at hindi galing sa isang hayop…walang masama sa mata man ng Diyos o batas ng tao sa gagawin mo…hindi bawal at hindi kasalanan magligtas ng buhay….

Ito ang mga itinabi niyang taped conversation nila noon ni Dr. Chua, kung saan inisa-isang sagutin ng pathologist at nuclear medicine specialist ang mga katanungan niya tungkol sa katawan ng tao. Tanging ang kaibigang doktor ang nakakaalam ng sikreto niya, na maigi naman nitong iningatan bilang pagtanaw ng utang na loob sa mga magulang niyang nagpa-aral dito ng medisina. Si Dr. Chua na rin ang nagmungkahing i-record ang mga habilin niya, na sa kabutihang palad ay nagawa naman ng lalaki bago namayapa ang doktor.

"Sabihin mo ang iyong totoong pangalan, edad, planeta, at iba pang mga kapangyarihan kung ayaw mong masaktan," utos ni Bok-bok kay Rogelio habang naglalakad ito paikot sa kanya at nagbo-boses imbestigador. "Nalaglag ka ba sa balon ng kemikal noong ipanganak? Tinamaan ng gamma rays? Nakagat ng radioactive na putakti? Nakakain ng expired na monay putok? Nasubsob sa—"

"Hindi mo ba talaga tatanggalin yung ilaw na yan? Puro ka kalokohan, ang aga-aga, sayang ang kuryente!"

"Eh, ang kulit mo kasi eh!" tinanggal ni Bok-bok ang bumbilyang itinutok na parang spotlight. "Ilang araw na kong nagtatanong sa 'yo, ayaw mong sumagot." May kakulitan ang beinte anyos na kaibigan ni Rogelio. Medyo kalbo at medyo mataba sa taas na limang talampakan at kalahating dangkal, mistulang "10" ang katawan ng dalawa pag magkasama. Naging kapamilya na ang turing ng mga Manglicmot kay Bok-bok simula nang maulila ito at makitira na lang sa mga tiyahin sa dulo ng kalye. Nagsimula sa pabili-bili ng mga sitsirya hanggang sa pagtambay sa tindahan, naging kalaro at kababata ni Rogelio ang ulilang laki sa hirap. At dahil nauutusan din naman at kahit papaano ay mabait na bata, nasanay na rin sina Aling Hasmin sa "kambal" ng anak nila.

"Sige, isa-isahin natin," sabi ni Bok-bok. "Kaya mong pailawin ang buong Fiesta Carnival…."

"Sira ulo ka talaga," binitiwan na ni Rogelio ang ginagawang transistor. Nilingon niya ang kaibigan: wala itong reaksyon, mukhang pagod na ring mangulit at handa nang makinig. Nagbuntong-hininga siya, sabay pinihit paikot ang silya at umupo nang paharap sa sandalan nito at kay Bok-bok. Ipinatong niya ang dalawang siko sa ibabaw ng sandalan ng upuan, saka ipinahinga ang ulo na hawak-hawak ng dalawang palad. "Pag ikaw nagkwento kahit kanino, gigising ka bukas nang sementado ka na sa loob ng drum!"

"Wala akong pinagsabihan na natae ka dati sa Cultural Center nung umarkila tayo ng bike, alam mo yan!" mabilis na depensa ni Bok-bok sa pambungad na babala ng kaibigan.

Napailing si Rogelio, pero pinilit pa ring ituloy ang napagdesisyunan niya nang pangungumpisal. "Tingin ko nga parang iba ang lakas ko. Nakikita ko sa ibang tao, mukhang hindi nila kaya ang mga nabubuhat ko. At hindi ko alam ang kapaguran."

"Naka naman! Yun lang?" halo ang pagkamangha at pang-aasar ni Bok-bok.

"Anong yun lang?"

"Hindi ka ba lumilipad? Lumiliit? Nawawala? Nag-iiba ng anyo? Nilalabasan ng pulang ilaw sa mata para magpasabog ng maiingay na tricycle? O bumibilis para naman manalo ka sa 'kin sa basketball?"

"Hindi ko alam…hindi ko pa alam…."

"Sinubukan mo na bang kumain ng blade?"

Nakatingin na lang sa sahig at hindi na pinapansin ni Rogelio ang mga hirit ni Bok-bok. "Pero may iba pa. Meron sa kuryente…."

"Kaya mong manguryente?"

"Hindi," tiningnan niya si Bok-bok. "Parang may kuryente ako sa katawan, o epekto sa kuryente, ewan, basta sa loob ng katawan ko… minsan nakakatulong sa ginagawa ko, minsan hindi…."

May nakitang tanso si Bok-bok sa ibabaw ng mesa ni Rogelio, dahilan para mangulit na naman ito at lumihis ang maikling atensyon. "Uy! Pwede ka bang gumawa ng laruan tulad ng pa-contest sa *Germs' Special*, Rogelio, yung may mga kurba-kurbang wire na ilulusot mo sa hawak mong metal, tapos pag nag-ground at tumunog babalik ka sa start?" Nakita niyang hindi natutuwa si Rogelio kaya bumalik kagad ito sa pinag-uusapan. "Hindi mo pa ba inalam kung ano lahat ang kaya mong gawin?"

Paulit-ulit at malakas na iling lang ang sagot ng kaibigan.

"Kung may kapangyarihan ka nga, pangsagip man ng buhay ng tao o pamperya, dapat ginagamit yan!"

"Ano—superhero?"

Nakatitig sa kanya si Bok-bok nang may ngiting unti-unting lumalaki.

"Luko-luko ka ba? Pwede ba 'yon?"

"Ba't hindi? Kailangan mo pa ba ng lisensya, diploma, o mataas na NCEE para lumipad?"

"Ano ka, hilo? Napakalaking responsabilidad n'on!"

"Na tinatalikuran mo lang ngayon?"

"Sira ulo 'to...sinabi ko lang mas malakas ako sa ibang tao, pero ano alam ko sa martial arts, o sa pagharap sa bala, o pagyupi sa mga tangke?"

"Sino kaya'ng sira ulo? Sinabi ko lang naman gamitin mo lakas mo sa pagtulong sa iba, di ko naman sinabing gayahin mo si Mighty Mouse!"

"E bakit kailangan ko kasing gamitin 'to?"

"Gan'on talaga ang buhay, Rogelio, ako nga lagi akong nagtatanong kung ba't pa 'ko ginawang look-alike ni Aga Muhlach!"

Masyado pa ring problemado si Rogelio para pansinin si Bok-bok.

"Isipin mo, ba't mo 'ko pinahihiram ng multitester mo, tinuturuan mo pa 'ko sa electronics...kasi gusto mong tumulong, di ba? Tumutulong ka bilang Rogelio. Kung ano yung meron ka ibinabahagi mo sa iba, kung ano yung kaya mo ginagawa mo. Yun 'yon e! Ba't ka umaalalay sa matanda sa pagtawid sa kalsada? Kasi kaya mo. Ba't mo pinupulot ang batang nadadapa? Kasi kaya mo. May lakas ka para itama ang mali, para tumulong sa mahihina…."

Napapatango si Rogelio, naghahalo sa ngiti ang lumilinaw na pag-iisip at pang-aasar na kahit papaano ay may matututunan kay Bok-bok. "May napapala ka rin pala sa kakapanood mo ng *Ora Engkantada!*"

"Hindi, nabasa ko lang 'yon sa *Funny Komiks*."

"Sige, gusto kong tumulong, basta hanggang sa kung ano lang ang kaya ko," tiningnan ni Rogelio ang kaibigan para pagtibayin ang usapan. "Hanggang sa kaya ko lang!"

"Walang problema. Kung pagsagip lang sa langgam na nalulunod sa laway ang kaya mo, sige!" garantiya ni Bok-bok. "Pero teka, ano nga ba kaya mo?"

Sa gitna ng usapan ng dalawa ay nakarinig sila sa kalsada ng kahulan ng aso at mga nagtatakbuhang kalalakihan na parang may hinahabol. Inilawit ni Rogelio ang ulo sa bintana ng shop at nakita niya ang isang aleng nasa dulo ng mga humahabol. "Tulong! Mga kapitbahay!"

Napalingon si Rogelio kay Bok-bok, tumango naman ang huli: "Game!"

Alas-sais ng gabi, walang gaanong taong makikitang palakad-lakad sa kalsada. Abala ang lahat sa pagkukumpulan sa harap ng shop ni Rogelio: mga binatilyo, ilang dalagita, mga maybahay na may karga pang mga uhuging bata, at mga kalalakihang tomador na walang t-shirt at nagpapakita ng tiyan na parang buntis ng apat na buwan. Walang kurap na pinagsasaluhan ng lahat ang Magnavox TV na may sarili pang cabinet, ipinagawa kay Rogelio at hindi pa natutubos ng may-ari kaya kasalukuyan munang tine-test; nakatutok sa balita tungkol sa insidenteng nangyari noong araw ding 'yon.

Reporter: Mukhang shooting ng isang pelikula ang inabutan naming esksena kanina sa bayan ng Pelaez dahil sa nagkalat na mga tao sa daan. Nang tanungin namin ang mga tao, iba-iba ang kanilang naging mga kasagutan.

Estudyante: Yung ano daw ho…may babae…nanganak ng hito…

Tindera: May bagong biktima yung mga Satanista…

Jeepney driver: Bumagsak yung ispiship

Reporter: May space ship ho…? Bumagsak?

Jeepney driver: Oo, ispiship. Doon daw nakatira yung taong ahas.

Dalagita: May pelikula po ulit sina Leni Santos at Rey PJ Abellana!

Sa bawat taong nakukuhanan ng camera, naghihiyawan ang mga taga-Pelaez, na nahahaluan pa ng sipol at palakpakan pag may nae-ekstrang kapitbahay.

Reporter: Ngunit nang sundan namin ang itinuturong direksyon ng mga nakasaksi, eto ang bumungad sa amin. [Nag-zoom-in ang camera sa isang lalaking nakasampay sa krus ng isang mataas na simbahan.] Dahil kapos ang hagdanang gamit ng mga lokal na bumbero, kalahating oras pa ang inabot bago naibaba ang taong nakabitin. Nang amin itong kapanayamin, sinabi niyang isang ninja ang nagdala sa kanya doon. Nang tanungin kung bakit may gumawa ng ganito sa kanya, umamin siyang nanghablot daw siya ng bag ng isang ale.

Hiyawan na naman ang mga manonood. Sa lakas ng tawanan, nalunod na ang TV at nagkanya-kanya na ng haka-haka ang taumbayan.

"Ang akin lang kasi, dapat maayos na lang siyang nanghingi ng pakwan, tutal pakwan lang naman 'yon."

"Yun nga e, pakwan lang pala, ba't isinumbong pa sa pulis?"

"Kasalanan 'to ng gobyerno!"

"Wala namang nagsumbong, bigla lang dumating yung ninja."

"Aba, may superhero pala tayo dito! Akala ko sa ibang bansa lang 'yon."

"Hindi naman kasi ipinakita sa channel 13, kanina sa *Newswatch* nakuhaan mismo ng camera ang misteryosong ninja. Malabo ang kuha pero kitang-kitang isang lundagan niya lang ang tuktok ng Sto. Domingo."

"Isang lundagan?" napatingin si Bok-bok kay Rogelio sa loob ng shop.

"Oo, wala namang hagdan o tali sa labas ng simbahan, e. Kung meron man, hindi niya rin maaakyat yun ng ganoon kabilis. Buhat-buhat niya pa yung tao ng isang kamay lang e."

Newscaster: Samantala, isang overseas contract worker na namatay sa Tamanghasset, Algeria ang kasalukuyang iniimbestigahan ngayon dahil sa di umano'y misteryosong sakit…

"Sandali, anong ninja?" naiiwang tanong ni Aling Baby.

"Ninja, yung parang sa Japan, may takip sa mukha yung misteryosong tao."

"Ow kamon! Ninja Kid, baka si Dennis da Silva 'yon!"

"Hahahahahaha!"

"Hindi kaya 'yon yung balita kahapon na nawawala raw na lalaki—nawawala sa sarili? Ahahahaha!"

Tawanan na naman ang mga tambay. Pinatay na ni Rogelio ang TV, senyales na magsasara na siya ng shop. Halos sabay-sabay na ring umalis ang mga nakinood ng balita.

"Ninja…" tiningnan siya ni Bok-bok nang may halong pang-aasar nang makaalis na ang mga tao.

"Saka ko na lang naisip, hinubad ko t-shirt ko at itinakip ko sa mukha, parang yung laro natin dati nila Teng."

"Lumilipad…"

"Hindi, ang alam ko tumalon lang ako. Di ko alam paano ko naabot 'yon."

"Pakwan…"

"Oo na, palpak. Malay ko bang bente pesos lang naman pala halaga ng ninakaw nung tao. Andami-dami kasing humahabol, anlakas pa ng sigaw ng ale!"

"Tagapagligtas…"

Nakangising iiling-iling si Rogelio.

"Rogelio Manglicmot…" pahiwalay na ipinahid ni Bok-bok ang mga palad sa ere, nag-i-imagine ng karatula. "Superhero!"

"Tigilan mo na yan, marami pa 'kong aayusin."

"Sikat ka na, Amay Bisaya!" itinaas ni Bok-bok ang kamay para makipag-apir, pero hindi ito pinatulan ng kausap.

"Naisabit ka na ba sa monumento ni Rizal?"

"Hep, hep, hep…steady ka lang! Tandaan mo, hindi pa kita nabibigyan ng costume."

"Huh?"

"Ikaw, ayos lang ba sa 'yong makilalang ninja na walang t-shirt?"

"Oo nga 'no…"

"At wala ka pang pangalan," naghimas ng baba si Bok-bok. "Dapat nga pati yung pangalan mo sa birth certificate, palitan. *Rogelio*—ampangit! Pangalan yan ng mga lolong mataas pa sa pusod pag nagsisinturon ng pantalon eh!"

"Ayos lang. At least walang punctuation mark pangalan ko, di tulad sa 'yo"

"Yun ang unique!" pinulot ni Bok-bok ang isang copper pipe na nakita niyang nakasiksik sa gilid ng sirang washing machine at itinutok ito na parang si Zorro sa mukha ng kaibigan. Hinawakan ni Rogelio sa dulo ang bakal at nagpakawala ng 10,000 volts na kuryente bago umalis. Napabitiw si Bok-bok sa sobrang gulat at mangiyak-ngiyak na hinipan ang kamay. "Pikon! Ninjang hubad! Super Yagit…mag-brownout ka sana!"

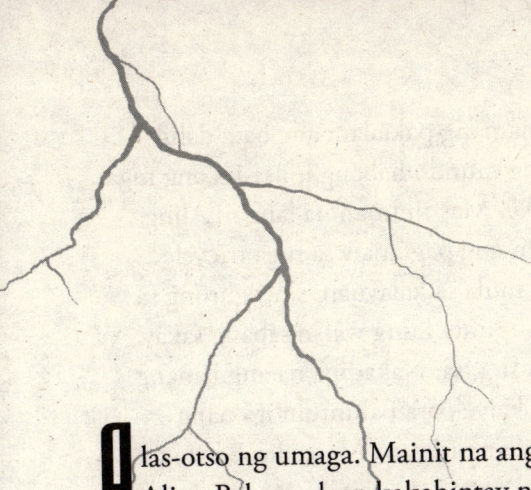

Alas-otso ng umaga. Mainit na ang ulo ni Aling Baby sa daan kakahintay ng tricycle na magsasakay sa kanya. Tatlumpung minuto niya nang bitbit ang dalawang bayong ng mga pinamalengke, kasama ang anak na may suot na sangkaterbang puting goma sa kamay at may sarili ding bitbit na dalawang maliit na plastic bag.

"Ang Daddy mo kasi, matagal ko nang sinasabing bumili ng oner para may sasakyan tayo, ayaw pa!"

Hindi siya pinapansin ng anak, Tatay kasi ang kinalakihan nitong tawag sa ama na ngayon ay pinipilit ni Aling Baby maging "Daddy" matapos maka-tatlong balik si Mang Boy sa Saudi.

"Naku naman, nangingitim na 'ko!" patuloy ang reklamo ng maitim, maliit, kulot, at buntis na ina. Wala namang pakialam ang bata dahil may sarili itong mundo habang iniisa-isa ang mga kanta sa *Batibot*. Mas tinuuan na lang ni Aling Baby ng pansin ang pagtanaw sa mga tricycle na paparating mula sa kalayuan, sinisigurong sa kanya ito mapupunta kung walang ibang sakay. May nakita siyang isa. Nakadipa na ang kanang kamay niya sa kalye para pahintuin ito nang biglang tumigil ang itim na Mercedez Benz sa harapan niya.

"Ano ba!" galit na inaninag ni Aling Baby ang tao sa loob ng sasakyan. "Ay, naku, ahahahaha! Patawarin niyo ho ako, pasensya na… ahahahaha! Kayo pala!"

"Sakay na ho."

Dali-daling sumakay si Aling Baby, nakaalalay sa anak, sa mga pinamili, at sa nakalobong tiyan. Paulit-ulit din na nagpasalamat sa librengsakay at sa mabait na driver matapos ikwento ang mga naging paghihirap niya sa palengke nung umagang 'yon.

"Hay, naku, alas-sais na nga kami umalis ng bahay para 'kako maluwag pa sana ang palengke…ahahahaha!"

Ngumingiti lang ang driver. Kumakanta ang bata. Patuloy ang pagkukwento ni Aling Baby na napapatid lang paminsan-minsan ng paghilab ng tiyan. Kinamusta ng 44-anyos na driver ang pagbubuntis niya. "May pangalan na ba kayong naisip?"

"Meron na! Vixia kung babae, Xorex kung lalaki. Nagamit na kasi namin yung Dax sa panganay, tapos Zither, Thron, at Mishqua naman ang sa mga sumunod."

"Para kaming mga taga-Jupiter!" sundot ni Mishqua na hindi masaya sa pangalan niya. Pinandilatan siya ng ina. Nanahimik ang bata at tiningnan na lang ang mga karatulang kanina pa nila nadadaanan:

A project of Gov. Hermino Medel
Project of Brgy. Captain Hermino Medel Jr.
Happy Fiesta! from Vice Mayor Virgilio Samonte and family
Donated by Sen. Apolinar Tanio
Season's Greetings from Rep. Edna Liban Mangahas
Project of Gov. Hermino Medel
Another project of Gov. Hermino Medel
A Project of Chairwoman Suzette C. Yap

Congratulations Graduates! from Vice Mayor Virgilio Samonte

Another project of Gov. Hermino Medel

Clean and Green Project of Councilor Hermino Medel III

"Nay," kinalabit ng bata ang ina habang nakasubsob ang mukha sa salaming bintana ng kotse, pero hindi siya nito pinansin. "Nay," nilingon niya na ang magulang na abala rin sa sight-seeing, wala pa rin. "Nay, nay, nay, nay, nay, nay, nay, nay, nay, nay, nay, nay," nagbuntong-hininga ang bata. "Mommy!"

"Yes, beybi, wat is it?" ngiting-ngiti si Aling Baby.

"Ano po yung 'Season's Greetings?'"

"Meri Krismas."

"Bakit sinabi ni Rep Edna, 'Merry Christmas?'"

Nagkasabay ng sagot ang driver at si Aling Baby.

"Luma na 'yon, hindi lang natanggal pagkatapos ng Pasko." – driver.

"Gusto niya." – Aling Baby.

"Eh ano yung 'project of?'"

"Masyado ka namang matanong! Anong grade ka na ba? Bawal pa sa 'yo magbasa nang magbasa!"

Natawa ang driver sa ale kaya nagbigay ito ng mas matinong sagot. "Ibig sabihin n'on yung governor o kaya mayor nagpagawa ng plaza, o kaya basketbolan, tulay, daan, gan'on…."

"Pag-uwi sa bahay, susulatan ko rin yung sahig ng pangalan ko kasi ako nagwawalis, nagpo-floorwax, nagbubunot—"

"Hoy, sinuswerte ka! Obligasyon mo 'yon, pinag-aaral ka ng Daddy mo. Para yun lang ipapamukha mo pa sa 'min!? Manigas ka!" Nakalimutan ni Aling Baby na nakikisakay lang sila, kaya bigla ulit 'tong bumait at ngumiti sa may-ari ng sasakyan. "Ah, oo nga pala, wala ho ba yung kulot na driver niyo?" Ngiti.

"Si Mercy?"

"Ay, tama, yun ang pangalan niya, kalalaking tao…ahahaha!"

"Nasa munisipyo lang ho lagi 'yon, di ko na inistorbo, wala namang pasok ngayon."

"Naku, oo nga, andami niyong bagahe dito sa sasakyan ah," tiningnan ni Aling Baby ang mga karton na kasalo nila ng anak sa upuan. "Red Cross? May medical mission na naman kayo?"

"Aling Baby—tama ho ba?"

"Ang sipag-sipag niyo talaga. Sa totoo lang, napaka-swerte namin sa inyo!" diretso sa pag-iingay ang babae.

"Aling Baby, dito na ho kayo, di ho ba?"

Napalingon si Aling Baby sa paligid ng nakahintong sasakyan. "Ay, oo nga… ahahaha!" Bumaba ito matapos alalayan ng driver sa paglabas, halos di magkamayaw sa pagpapasalamat dahil pangalawang beses na niya itong sakay sa nagmamabuting loob.

Bumalik sa malaking sasakyan ang lalaki at ipinagpatuloy ang sampung minuto pang byahe hanggang sa munisipyo. Sinalubong siya agad ng kulot at maskuladong driver na si Mercy pagbaba ng sasakyan.

"O, sir, wala ho tayong trabaho, di ba?"

"Wala, wala, may kukunin lang ako sa opisina."

"May mga tao ho dito kanina, nagbabaka-sakaling nandito kayo, magpapasalamat at gusto kayong makausap tungkol sa bagong eskwelahang ipinapagawa niyo."

Ngumiti lang ang lalaki at pumasok ng munisipyo matapos bumati sa guard. Parang namalikmata ang lahat sa bilis nitong makabalik nang may bitbit nang mga kahon makalipas lang ang dalawang minuto.

"Ano yan?"

Wala kaagad nakasagot sa mga tao sa parking lot nang makita ng lalaki ang nakataling kambing sa puno ng mangga.

"Ah, pinabibigay ho sa inyo nung mag-asawa na tinulungan niyo nung isang linggo, yung may anak na malaki ulo, yung ipinadala niyo sa Maynila para magamot."

Halata ang paglungkot sa mukha ng lalaki, bagama't may tira pa ring ngiti para magpasalamat. "Ibalik niyo yan sa kanila. Sabihin mo na kung gusto nilang katayin yan e pupunta ako sa kanila para pagsaluhan namin."

Tumatango-tango si Mercy, pero kabado pa rin ang mga ngiti.

"O, may problema ba?"

"Yung makinang panahi ho na bigay niyo sa misis ko…"

"O?"

"M-marami hong salamat, Mayor!"

Nadismaya nang pabiro ang lalaki habang pabalik ng manibela dahil sa itinawag sa kanya; bumawi agad si Mercy, "Omeng. Omeng pala. Pasensya na. Maraming salamat, Omeng."

"Mercy, katulad niyo rin ako," nakangiting paalala ng lalaki habang pinapaandar ang engine ng sasakyan. "Huwag na huwag niyo 'kong ituturing na iba."

Hawak-hawak ni Rogelio ang kaliwang pares ng Spartan na tsinelas habang nag-uurong ng mga gamit sa sahig ng shop. Kasabay ng pinagkakaabalahan ay ang pakikipag-duet niya sa mga patalastas ng 93.9 DWKC mula sa nakabukas na mini-component:

> *Mother, father, brother, sister, how do you brush your teeth? With FAMILY for everyone. Makes a happy, healthy smile.*

Maya-maya pa ay nasarapan na...

> *YC is comfort. YC is fashion. YC is beauty in motion. YC is for you. YC Bikini Briefs. YC Bikini Briefs. YC Bikini Briefs...YC Bikini Briefs!*

Sa ganitong estado niya nakitang nakatayo si Bok-bok sa may pintuan sa likuran niya, nakapamewang at nagpapalatak ng dila.

"Alam mo, Keno, kung gusto mo talagang sumikat dapat sumali ka sa *Bagong Kampeon*."

Nagpatuloy lang sa trabaho si Rogelio. Inihagis ni Bok-bok sa kanya ang dala nitong *People's Journal*. Nagpasalamat si Rogelio at binilot ang dyaryo matapos bitiwan ang tsinelas.

"Huy, ano bang ginagawa mo?"

"May ipis na lipad nang lipad, nagsusuot dito sa mga gamit, di ko mapatay."

"Huwag mong gamitin yung dyaryo ko! Sinuswerte ka pala eh, hiniram ko lang yan kay Mang Dino para ipabasa sa 'yo."

Itinigil muna ni Rogelio ang pinagkakaabalahan at binuksan ang dyaryo. "O, patay na si Henry Ford…218 biktima ng sakit sa Mauritania…sanlibong pamilya apektado ng giyera sa Uganda—nakakaawa, pero ano naman kinalaman niyan sa problema ko ngayon?"

"Hindi yan, tolongges! Sa kabila."

Inilipat ni Rogelio ang pahina kung saan may maliit na patalastas ang isang pabrika.

"Sila ang gumagawa ng Khumbmela. E di ba matitibay yung mga bag nila?" paliwanag ni Bok-bok.

"Oo—ngayon?"

"Tinawagan ko sila, aabot daw ng 500 bawat isa yung costume mo para tahiin."

"Costume? Limandaan? Neknek mo!"

"Sandaan lang naman ang minimum order e," nakalabas lahat ang ngipin ni Bok-bok sa pagngiti.

Inihagis ni Rogelio ang dyaryo sa kaibigan at kinuha ulit ang tsinelas pamatay ng ipis.

"Kaya nga hindi tayo papatol doon! May iba akong nakita."

Hindi na nakikinig si Rogelio, masyado nang abala sa paghabol sa lumilipad na ipis. Lumabas si Bok-bok ng pinto para ipasok ang isang malaking kahon.

"O, ano na naman yan?" iritado na si Rogelio.

"Alam kong ayaw mo magpagawa ng costume kasi yagit ka. Kaya eto, nagdala na 'ko ng mga ready-made na pagpipilian mo."

Itinuntong ni Rogelio ang kaliwang paa sa kanto ng kahon para pigilan ang pagpasok nito sa shop. Tinanong niya si Bok-bok kung saan nanggaling ang kahon, sumagot itong kay Teng, kababata nila.

"Huh? Sira uuuulo ka talaga!" umuusok na ang ilong ni Rogelio. "Sinabi mo? Ano'ng sabi niya? Nasaan si Teng?"

Pumasok ang maliit na dalaga sa shop galing sa likod ng pintuan. "Huwag ka na magalit, Rogelio, mapagkakatiwalaan naman ako, e. Saka Tessa naman ang itawag niyo sa akin, dalaga na ko e. Teng pa rin pala ang turing niyo sa 'kin pag nakatalikod ako."

Nilamutak ni Rogelio ang mukha sa kunsumi. Kagat-kagat ang labi at nanlilisik ang mata, itinaas niya ang kamao bilang banta kay Bok-bok.

"Rogelio, galit ka ba?" nag-aalangan nang tanong ni Tessa.

"Ah, hindi," napaubo si Rogelio, "natutuwa nga 'ko napapasyal ka." Nakapulupot na ang bisig niya sa leeg ni Bok-bok, sakal-sakal at nire-wrestling ang kaibigan.

"Rogelio, hindi ako nakakakita, pero alam ko pag ipinapasilip mo na kay Bok-bok ang kabilang buhay."

Binitiwan ni Rogelio ang halos naghihingalo nang kababata. "Huh? Hindi ah!"

Habang binubuksan ang kahon, ipinaliwanag ni Tessa na galing ito sa tiyahin niya sa ibang bansa. Ipinadala sa Pilipinas kasabay ng iba pang gamit at souvenir na naipon ng mag-anak galing sa iba't ibang lugar na napuntahan nila; karamihan di naman magagamit sa pang-araw-araw, masyadong makapal na mga damit, mahaba, maikli, manipis, makulay, kakaiba, kakatwa. Naging pasikip na lang ang kahon sa maliit nilang bahay makaraan ang ilang taon.

"Eto, meron ditong pinili si Bok-bok para sa 'yo," inilabas ni Tessa ang isang dilaw na jumpsuit.

"Hindi ba 'ko mapagkakamalang Super Mario diyan?"

"Maganda naman eh! Mukhang pang-breakdance, 'in' ka pa! Mas gusto mo bang naka-leotard?" inilabas ni Bok-bok ang masikip na damit na may pula at asul na tela. "Eto, Spiderman. Bulok. Ni walang pelikula, parang si Batman. Buti pa si Superman."

"Gan'on din naman suot ni Superman eh, naiba lang dahil may brief siya sa labas," sagot ni Rogelio. "Sandali, ba't andami-dami niyan? Direktor ba sa Hollywood ang tiyahin mo?"

Hindi sumagot si Tessa; abala sa pagkapa ng ipapasuot sa superhero.

"Huwag ka nang matanong," kumuha ng isa pang tights si Bok-bok, pula. "O eto, The Flash, hindi kasing baduy ni Spiderman."

"Ayoko ng pula, baka tamaan ako ng kidlat, at ayoko ng tights...problema ang pagkambyo!" nag-alangan si Rogelio nang maalalang may babae sa kwarto.

"Ang reklamo mo naman! Mag-ninjang hubad ka na lang, pagandahan kayo ng costume ni Incredible Hulk!"

"Union suit ang tawag dito, hindi leotard," kinuha ni Tessa ang hawak ni Bok-bok. "Pang-ilalim na suot 'to ng mga taga-ibang bansang malalamig ang lugar. Huwag ka mag-alala, Rogelio, hindi kita iginawa ng pula."

"Iginawa?"

"Ni-repair ko lang, kasi masyadong mahahaba yung original, saka pinaganda ko kaunti."

Tumayo nang diretso si Rogelio mula sa pagkakayuko sa bunganga ng kahon para maglakad-lakad. "Basta ayoko lang ng tights. Ayoko ng hapit sa katawan. Ayoko ng mukha akong mag-e-aerobics. Di ba parang dyahe naman 'yon kung lalabas ka sa balita sa TV tapos nakasuot ka ng masikip at makintab na—" napansin niyang kanina pa sumesenyas sa kanya si Bok-bok para manahimik. "Huh?"

Itinuturo ni Bok-bok si Tessa. Saka lang napansin ni Rogelio na may hawak itong damit na napili na para sa kanya: masikip at makintab na tights. At dahil sa narinig, malungkot na ang dalaga. Patuloy sa pagsenyas si Bok-bok, ipinaaalam kay Rogelio na naglamay at hindi natulog si Tessa magdamag matapos lang ang costume.

"Ang totoo, hindi lahat ng tights ayaw ko," nagsi-circus ang mukha ni Rogelio sa pagsisinungaling para lang hindi sumama ang loob ng dalaga. Sa pagitan ng mga ubo, nagpatuloy siya, "Maganda nga yung tights e… alam mo ba, Bok-bok, na gusto ko ng tights? Paborito ko ang tights…sa birthday ko gusto ko tights ang regalo mo sa 'kin!" Maingat niyang nilapitan si Bok-bok at mabilis na binulungan: "Masikip, makintab, at PINK! Ano ba 'ko, superhero o Care Bear? Papatayin muna kita bago ko isuot yan!"

"Pwede naman nating i-dyobos yan para mag-iba ng kulay," pabulong ding sagot ni Bokbok.

Nilakasan ulit ni Rogelio ang pagsasalita para hindi makahalata si Tessa, "Excited na 'ko magsuot ng tights! Sa Pasko, magta-tights ako. Sa Bagong Taon, tights din. Masarap ang tights pag tag-ulan! Habang nagkakamay ka, kumakain ka ng mainit na arrozaldo, may daing, tapos nakasuot ka ng tights…ang sarap nun!"

Nakatapal na ang unat na palad ni Bokbok sa buong mukha, nahihiya sa pinagsasasabi ni Rogelio na akala mo e lasing. Sumenyas ulit siya sa kaibigan na sa wakas ay tumigil din at lumingon kay Tessa. Pigil na pigil ang iyak ng dalaga. Natauhan si Rogelio at dahan-dahang lumuhod sa harap nito.

"Pasensya na, hindi ko naman—"

"Okay lang, okay lang, eto naman, yun lang e," pilit pa ring itinatago ni Tessa ang luha.

"Medyo nalilito pa kasi ako sa mga pangyayari."

"Oo nga, pasensya na, lagi na lang akong pikon sa inyo ni Bok-bok," isang manipis na guhit na naman ng luha ang kumawala at dumaloy sa pisngi ng dalaga habang pilit itong ngumingiti. "Nalungkot lang siguro ako kasi ipinagmamalaki akong sastre sa amin, pinakamagaling raw sa bansa, tapos sa mga kaibigan ko pa ako napahiya."

"Sorry na, Teng…Tessa pala," pinipilit niyang abutin ng sipa si Bok-bok habang tumatawa ito nang walang tunog at nang-aasar sa gilid ni Tessa. "Maganda yung gawa mo, peksman. Di ko lang masikmura yung pink na kulay na may nakasulat pang *Personal Cheerleader*."

"Pink?"

"Pink…peach…?"

"Hindi ito yung ginawa ko!" binitiwan ni Tessa ang damit at nataranta ulit sa pagkapa ng kahon. "Sorry, sorry, hindi ito 'yon."

Nauwi sa tawanan ang tatlo. Nakahinga rin si Rogelio at napa-krus pa sa pagpapasalamat. Iniabot at ipinasukat ni Tessa sa kanya ang tamang damit nang makuha ito sa kahon. Pero natahimik at napanganga na naman ang binata nang makita ang ipinapasuot sa kanya.

"Ikaw lang ang gumawa nito, Tessa?" walang kasing asim ang mukha ni Rogelio. "Ang… ganda!"

Ngiting-ngiti ang dalaga sa narinig. Si Bokbok, nangingitim na sa kakapigil ng tawa.

Si Aling Precious, ang mga anak nitong sina RC, KC, JP, JB, TJ at ang mga asawa nila, ang bunsong si Jonymay, at ang mga apong sina Mhelamyn, Jasper Von, Jennavee, Flordeliza, at Lucibelle—lahat nasa kalye. Prenteng-prente sa pagkakaupo sa isang mahabang bangko na double-purpose bilang upuan sa mesa tuwing kainan at bench na pang-siesta sa kalsada pagdating ng hapon. Sa paligid ng bangko, ang mga hiwa-hiwalay na bangkito para sa iba pang miyembro. Kundi man walang t-shirt ay nakasando lang ang mga lalaki. Paiklian ng shorts ang mga babae. Paramihan ng kalat ng sitsirya ang mga bata. Sakop ng mag-anak ang magkabilang gilid ng kalsada. Istorbo sa kanila ang mga tricycle na dumadaan, kaya madalas masimangutan ang mga driver na umaabala. Ilang hakbang mula sa kanila ay basketball court sa gitna ng kalye. Ilang hakbang mula sa half court ay ibang grupo na naman ng mga tambay sa kalsada.

"Apat na buwan na nga, kaya nahalata na rin yung tiyan ng kolehiyala niya." Si Anghela ang part-time manicurista ng bayan, at full-time tsismosa. Laging naka-gel nang may glitters ang buhok, at may malalaking pulseras at hikaw na iba't ibang kulay ang kamay at tenga. Paboritong kabalitaan ni Aling Precious habang ino-overhaul nito ang mga kuko niya. Kung sa Bibliya, ang mga anghel ang mensahero ng Diyos, sa Pelaez meron silang ibang sideline. "Mismo! Saka niya lang nalaman na may ibang pamilyang inuuwian ang mister niya!"

"Eh di ba, nagma-marijuana yung anak n'on?"
"Yung killer?"
"Hindi, yung shoplifter!"
"Ganoon na rin 'yon!"

Kasabay ng "makataong" kwentuhan nina Aling Precious, abala naman ang mga anak niya sa pag-ubos ng mga kanta sa isandangkal na *Jingle Songhits*. Samantalang ang mga walang talento, kuntento na sa pagbabasa ng *Pilipino* at *Aliwan Komiks*.

"Eh ano pa ba naman ang gagawin niya matapos ipagsigawan ng manugang niya na hindi naman pala niya binayaran kahit isa man lang doon sa mga Tupperware na inorder niya?"

"O, anong ginawa niya?"

"Syempre, napahiya na siya, e di hinampas niya ng timbangan sa mukha!"

Maya-maya tumatakbo ang mga paslit sa kanal kung saan bahagyang naiipon ang tubig at umaabot sa kalye dahil sa mga nakabarang basura. Si Jonymay ang tagahabol at opisyal na bantay ng mga pamangkin. "Huwag yan, Jasper Von! Dirty yan."

"Jonymay, ibili mo pa ng Marie si Flordeliza."

"Jonymay, punasan mo nga ng sipon si Jennavee!"

"Jonymay, nalaglag yung Cheez It ni Mhelamyn! Pulutin mo, malinis yan, wala pang 5 minutes!"

Paminsan-minsan may napapadaan sa kalsada na galing pa sa ibang bayan at bumabati kay Anghela.

"Oy, Anghela, kumusta ka na?"

"Mabuti naman ho, buti napadaan kayo."

Pero paglagpas ng kakilala ay may scoop kaagad ang manicurista: "Baog 'yon."

Ganito ang karaniwang hapon sa Pelaez. Hitik sa pakikipagkapwa-tao. Mainit ang samahan. May pakialamanan.

"Oy, yung hulog mo daw sa paluwagan, dalawang linggo na!"

"Oy, mahiya ka!" sagot ni Anghela sa biro ng napadaang barangay tanod na nakabisikleta. "Kelan pa ba tayo magtitinda ng kakanin, Berto? Mag-umpisa na tayo."

Napagkwentuhan ng mga taga-Pelaez noong nakaraang taon ang tungkol sa pagbuo ng kooperatibang gagawa at magsu-supply ng kalamay sa mga tindahan sa bayan. At araw-araw, naghihintayan ang magkakapitbahay kung kelan ito mag-uumpisa.

"Malamang itong darating na linggo," sagot ni Mang Berto. "Si Chummy kasi ang tanungin niyo."

Pero wala ring alam si Aling Chummy. Bago ang kooperatiba, napag-usapan na rin ng mga residente ang Clean and Green project na magiging contest ng palinisan ng mga barangay. Napagkasunduang magtutulung-tulong ang lahat sa pagtanggal ng mga basurang bumabara sa mga estero, at magtatanim ng puno ang bawat isa para sa ikagaganda ng Pelaez.

"Eh yung sportsfest, tuloy na ba sa susunod na buwan?" Matagal na ring nangungulit ang mga binatilyong anak ni Aling Precious sa kanya.

"Oo, syempre inuuna lang muna ng mga tanod at pulis ngayon ang paghahanap kina Mang Jose."

"Paghahanap?"

"Hindi ba kayo nakikibalita sa mga kapitbahay niyo?"

"Naku ha! Hoy, Berto, ano tingin mo sa amin—tsismosa?" sagot ni Anghela sa siklistang tanod.

"Kelan pa raw?" tanong ni Aling Precious.

"Nung makalawa pa. Hindi nga alam kung mga buhay pa e!"

"Mga?"

"Kasama yung anak at manugang. May mga bulung-bulungan na halimaw daw ang dumale."

Nagkatinginan sina Anghela at Aling Precious. Nalaglag ulit sa aspalto ang Cheez It ni Mhelamyn…na isinubo kaagad ni Jonymay dahil wala pang 5 minutes.

"Alam mo, isang mali mo lang, barag ang matigas mong ulo, kaya isuot mo na 'to!" paalala ni Bok-bok habang iniaabot ang helmet kay Rogelio.

Mabigat man sa kalooban, sumuko rin sa wakas ang kaibigan at isinuot ang proteksyon sa ulo: Isang silver helmet na korteng patayong itlog; may parang patusok na mga tenga na mukhang maliliit na Walkie Talkie sa magkabilang gilid ng ulo; may malalaking nakaumbok na mata, parang mga pahabang kamatis na puputok na sa taba; at may ukit na maliit na ilong at bibig na hindi tugma sa laki ng mga mata. Sa biglang tingin, mukhang abnoy na alien lang ang nakasuot ng helmet. Hindi madaling kumbinsihin ang sinuman para magsuot nito. "Ngayon, makinig kang mabuti. Subukan mong mag-concentrate. Paliparin mo ang probinsya ng Palawan papalapit sa Bicol para mas gumanda ang korte ng Pilipinas."

Pasimpleng umubo si Tessa para ipaalala kay Bok-bok na sumeryoso at baka mainit na ang ulo ni Rogelio.

"O sige, ganito na lang. Pakiramdaman mo ang paligid mo. Huminga ka nang malalim… meron ka bang nararamdamang panganib o kaya kahihiyan?" tanong ni Bok-bok kay Rogelio habang tinatakpan ng kamao ang bibig na parang umuubo pero nagpipigil lang ng tawa.

"Wala," sagot ni Rogelio mula sa loob ng helmet. "At nakikita ko ang ginagawa mo uupakan na talaga kita kaunting-kaunti na lang."

"Saka ba't ikaw ang nagtuturo kay Rogelio," tanong ni Tessa, "nag-train ka na ba ng superhero?"

"Hindi pa. Pero ako nagturo kay ET dati na huwag tumae sa loob ng bahay. Di ba, Rogelio?"

Hindi sumagot si Rogelio. Nakatingin lang ito sa malayong dulo ng napakalaking loteng pagtatayuan ng isang subdivision. Binubukas-sara ang mga daliri sa loob ng gray na gloves. Pinakikiramdaman ang parang goma pero mukhang leather na tela ng suot niya, kumportableng panakip na abot mula sa leeg hanggang mga alak-alakan at sa buong braso.

"Bok-bok, sabihin mo naman sa akin kung bagay kay Rogelio yung ginawa ko o," excited na pakiusap ni Tessa.

"Maganda yung pagka-silver, para siyang embutido," bungad ni Bok-bok. "Mukhang tama naman ang sukat, walang mga nakalabas na sinulid, hindi halata yung zipper, wala akong nakikitang etiketa o price tag—"

"Yung araw?"

"Anong araw?"

"Yung araw sa damit at helmet, yun ang idinagdag ko, 'source of all energy.'"

"Ah, araw pala 'yon? Hindi ko alam... hehehe. Maganda naman, para s'yang Philippine Airlines." Nginitian lang ni Tessa ang pang-aalaska ni Bok-bok. "Yung boots?"

"Chuck Taylor Converse All-Stars, itim, pero namumuti dahil sa dumi, medyo tastas na ang sintas, at alam ko mabaho ang amoy kasi hindi naman naglalaba ng rubber shoes si Rogelio."

"Rubber shoes? Wala talaga kayo nakitang boots sa kahon?"

"Wala. Itinaktak na namin lahat. Mga itlog lang ng ipis nakita namin saka calling card ng money changer sa Binondo."

"Naku, pasensya na, baka wala talaga ternong sapatos yung bodysuit."

"Wala nga. Pero ayos lang yun, magaling naman magdala ng baduy si Rogelio e. Alam mo kung ano ang kulang? Telepono. Yung parang mga gamit ni James Bond. Kaya sa hinaharap mag-iimbento ako ng maliit na teleponong meron nang camera, radyo, calculator, kalendaryo, at saka iba pang mga bagay na hindi naman importante."

"Ano itatawag mo don?"

"Telephone."

Tiningnan sila nang abalang si Rogelio. "Bok, may nakikita ka bang ilaw sa labas ng helmet?"

Napanganga sila Bok-bok. "W-wala…bakit?"

"May nakailaw na LED light dito sa loob."

"Rogelio, naririnig mo ba sarili mo?" namamanghang tanong ni Bok-bok. "Magsalita ka nga ulit."

"O, bakit, hindi niyo ba ko naririnig nang malinaw?"

Ipinaliwanag ni Bok-bok na parang robot na naka-megaphone ang tunog ni Rogelio mula sa loob ng helmet, at ang bawat pagtigil niya sa salita ay may malalim at mahinang *"wheonnngk"* na feedback sa huli.

"Tessa, sigurado ka bang hindi sa ibang planeta galing to?"

"Hindi ko alam. Akala nga ni Lola, TV yan e, kaya ayaw niya gamitin. Baka raw matulad sa rice cooker namin na pumutok dahil pang-110 volts pala ang saksakan."

"Itong helmet?"

"Oo," natatawang sagot ng dalaga.

Pansin ni Rogelio ang kumportableng pakiramdam sa loob ng helmet. Magaan. Hindi mainit. Hindi nakakasilaw, at klaro ang view sa face shield, kahit na kulay pula ito sa labas at mukhang mga mata ng bangaw. Parang may autofocus na nagtitimpla ng visibility ng paligid, madilim man o sobrang maliwanag. Malinaw niya ring naririnig ang kapaligiran dahil sa parang mga butones na speaker sa bandang tenga. Sa pagpihit ng ulo, mas lumalakas ang receiver nito na lalo pang nagpapatalas sa dati niya nang malakas na pandinig.

"De-battery ba yan?" tanong ni Tessa.
"Sinukat din yan ni Bok-bok e."

Kinapa ni Rogelio ang suot sa ulo. "Sinubukan ko ngang hanapin kanina ang battery compartment, pero wala."

"Hindi gumana sa akin," sabi ni Bok-bok. "Naalala mo ba yung bumbilya sa shop, Rogelio? Hindi kaya gumagana lang yan sa 'yo dahil baka may kuryente ka sa katawan at abnormal ka?"

Tinanggal ni Rogelio ang helmet para silipin ang loob. Namatay ang LED light. "Biothermal?"

"Ano?"

"Baka init ng tao o yung hininga ang nagsu-supply dito ng power."

"E ba't di sa 'kin gumana?"

Napaisip si Rogelio habang isinusuot ulit ang helmet.

"O, ano'ng nangyari diyan?" halong gulat at dismaya ni Bok-bok nang mapansing may sunog na parte ang kanang glove ni Rogelio. "Hindi mo pa nagagamit yan ah!"

Ipinaliwanag ni Rogelio na sa pananahimik kanina ay sinubukan niyang gumawa ng electric charge sa kamay, bagay na matagal niya nang ginagawa pag walang pinagkakaabalahan. "Parang yung pag-sipol ng ibang tao o yung pagpapatunog sa daliri pag walang magawa. Sinusubukan ko rin kung kaya ko gumawa ng malakas na electric bolt. Nakagawa ako dati pero mahina lang, umabot pa yata ng isang minuto bago ko nasigaan yung kapirasong papel."

"Kaya mo magpa-apoy?" napalitan ng ngiti ang kunot na noo ni Bok-bok nang malaman ang kakayanan ng kaibigan.

"Gumawa ng mahinang kidlat na walang silbi."

"Hanep!"

"Holdap?"

"Hanep, sabi ko!"

"May nagsabi ba sa inyo ng 'holdap ito'?"

Sabay na umiling sina Bok-bok at Tessa.

"Kung gan'on, meron talagang nangho-holdap!" mabilis na tumakbo si Rogelio sa direksyon ng naririnig niyang gulo.

"Talon, Rogelio, talon!" sigaw ni Bok-bok.

Tumalon si Rogelio. At sa unang pagkakataon, nasaksihan ni Bok-bok ang kaibigan na umabot ng 20 metro sa ere, sa pamamagitan ng isang malakas na talon na maikukumpara sa paglipad. Tulad ng isang superhero, kumakaway pa si Rogelio sa mga kaibigan habang sumisikad sa hangin…nang sumalpok siya sa puno ng mangga sa bandang dulo ng subdivision.

"Sabi ko na e! Tsk, tsk, sabi ko na…."

"Bok-bok, ano nangyari?" nag-aalalang tanong ni Tessa.

"Huh? Wala, malamang Rookie of the Year si Allan Caidic," nakasaludo ang kanang kamay ni Bok-bok panlaban sa silaw ng araw habang tinatanaw ang pagbaba ni Rogelio sa puno. Ilang sandali pa, wala na sa paningin ang kaibigan. Umabot din 'to sa Banco Suico kung saan nagaganap ang krimen.

"Sinabi nang walang gagalaw! Dapa! Dapa lang lahat!" sigaw ng lalaking nakasuot ng stockings sa ulo habang tinututukan ng .45 calibre sa mukha ang manager ng bangko. Huling bungkos na lang ng tig-iisangdaang piso sa vault ang isinisilid sa bag ng mga kasamahan niya nang mabasag ang pinto at pumasok sa bangko ang isang lalaking nakasuot ng silver na costume.

"Alam niyo na ang gagawin niyo," nagsalita ang boses-robot na bagong dating. "Bibitiwan niyo ang mga baril, iiwan ang pera, at itataas ang mga kamay."

Natulala ang leader ng mga sindikato at napatingin sa paligid. Mula sa isang sulok, tumayo ang matandang bakla at galit na galit na sumigaw: "Cut!"

Napalingon ang superhero.

"Hudas, barabas, hestas, sinisira mo ang pelikula ko! Nanghihimasok ka sa eksena, para kang si Dolphy!"

Nagalit din ang mga bandido. "Ulit na naman tayo, Direk?"

"Ano pa ba?" mainit ang ulo ng kalbong direktor. Tiningnan niya ang superhero, "At ikaw, magsumikap ka! Magtimpla ka ng kape, magpunas ng sahig, o kahit ano, basta doon ka sa malayo! Tsupi! Tsupi! Tsupi!"

Hindi man bagay sa boses robot, paulit-ulit ang paghingi ng superhero ng dispensa sa direktor. Halos pagapang na lang siyang lumabas ng bangko sa sobrang panliliit at kahihiyan. Hanggang sa parking lot, abot-abot ang pagsisisi niya. Sa loob ng tatlong lundag, nakabalik siya sa loob ng shop. Ilang sandali rin ang iginugol niya sa panlulumo at pag-aalala sa kinabukasan bilang tagapagligtas. Sa gitna ng paninisi sa sarili, narinig niya ang bukas na radyo ng kapitbahay na nakikinig sa DZRB:

...Sa kabuuan, tinatayang abot sa limang milyon ang nakuhang halaga ng mga sindikato sa nasabing bangko ng mga Suico. Samantala, ang oras natin ay alas onse y media, at yan ay hatid sa inyo ng CY Gabriel Wonder Soap. CY Gabriel...ang sabon ng mga artista!

Kumagat na ang dilim at walang silbi ang matamlay na liwanag ng ilang poste ng ilaw sa Fairmart sa Cubao. Lunod sa tunog ng mga humaharurot na sasakyan at walang patid na bagsak ng ulan, isang anino ang abalang-abala sa sapilitang pagbubukas ng isang puting Toyota Supra. Matapos ang ekspertong pagma-McGyver sa ignition cables, napagana nito ang engine at nagsimulang umandar ang kotse…sa pwesto! Hindi namalayan ng carnapper na nakatingala na pala ang sasakyan at buhat-buhat ito ng isang superhero sa bumper.

"Huuuh?"

Ibinaba ng tagapagligtas ang nakatigil nang sasakyan. "Kamay sa taas, lumabas ka ng sasakyan, dahan-dahan."

Masunurin naman ang kriminal, bagama't gulat na gulat at hindi matanggal ang mata sa taong naka-helmet.

"Let go of me! Let go of me! Heeeelp!" sigaw ng isang dalagita mula sa malayo.

Hindi pa tapos ang isang krimen, panibagong saklolo na naman ang narinig ng tagapagligtas. Sinundan niya kagad ang pinanggagalingan ng sigaw matapos maipasa ang carnapper sa mga nagpa-patrolyang pulis. Sa ilang matataas at malalayong lundag, narating niya ang harap ng Maryknoll College na kinaroroonan ng estudyante, hawak-hawak ng ilang lalaking nagpipilit na magsakay dito sa isang owner-type jeep.

"Pakawalan niyo ko! Please...walang maibibigay sa inyo parents ko!"

Bago pa man tuluyang maisakay ng mga kidnaper ang nagpupumiglas na biktima, tumambad sa harap nila mula sa himpapawid ang lalaking boses-robot: "Narinig niyo ang bata, pakawalan niyo siya."

Sa itsura at pinanggalingan pa lang ng nagsalita, nagtakbuhan na ang mga bandido, liban lang sa leader na hawig ni Bomber Moran na nakuha pang manlaban. Bumunot ito ng baril pero parang bata lang din na inagawan ng lalaking dumating. "Pwedeng ma-arbor?"

Ilang sandali pa, dumating na ang mga barangay tanod na siya na ring nagdala sa mga masasamang loob sa presinto matapos pasalamatan ang estranghero. Tuwang-tuwa ang naka-Aqua Net na dalagita habang inihahatid ng tingin sa kalawakan ang taong nagligtas sa kanya.

"Sino 'yon?" tanong ng isang tanod.

"Ganda na ngayon ng uniporme ng mga pulis, 'no?" sagot ng isa pa.

"Tamang-tama, nauuso ang kidnapan."

"May makakapitan na tayo!"

"Hindi ba si Kapitan 'yon?"

"Kapitan? Sino?"

"Amoy Jovan si Kapitan Sino!"

Malayo na ang bayani para marinig pa ang usapan ng mga tao tungkol sa kanya, at medyo nag-aalala na rin sa maaaring kahantungan ng paboritong kalaro ng isang bata.

"Bumaba ka na diyan," pakiusap ng anim na taong gulang na batang lalaki habang nakatingala sa puno ng bayabas. "Bumaba ka na diyan."

Nag-landing ang bayani sa sanga ng punong may taas ng apat na tao. Dahan-dahan niyang kinuha ang pusa para ibigay sa bata, pero pilit itong nagpumiglas sa kanya. Sa takot, lalo pang itinusok ng alaga ang mahahaba nitong pangalmot sa puno. Ginamit na ng lalaki ang isa pang kamay, pero sa gulat ng pusa ay kinalmot niya na rin ang nagliligtas sa kanya...dahilan na ikinagulat din ng lalaki na siyang ikina-kuryente naman ng pusa. Sunog si Muning. Bumaba ang lalaki sa puno nang may hawak-hawak na prutas sa kaliwang kamay.

"Nasaan na po ang pusa ko?" walang kamalay-malay ang paslit sa nangyari.

"Rolly...polly..." ngumiti ang lalaki at ipinakita sa bata ang hawak sa kamay, "Pusa... ginawa kong bayabas! Wow, ang galing...magic!"

Biglang nagtawag ang nanay ng bata mula sa loob ng bahay. Litung-lito pa ang paslit sa mga pangyayari nang magpaalam kaagad ang kabadong magickero.

Bagaaam! Bagaaam!

Dumagundong ang lupa.

Bagaaam!...Ghuwaaaaarrr!

Nag-nightvision telephoto mode ang face shield ng lalaki. Sampung milya mula sa tinalon niyang rooftop, isang dambuhalang gorilya ang nakita niyang galit na galit na naghahasik ng lagim sa sibilisasyon. Dumating na ang oras na inaasahan niya; sa sandaling may kumilos na pwersa ng kabutihan, meron at merong tatapat ditong pwersa ng kasamaan.

Whaaaaarrr!

Sa style, technique, at inspirasyon na nakuha sa panonood ng mga pelikula ni Dante Varona, nakabwelo siya nang todo at sa unang pagkakataon ay nakatalon ng pinakamataas at pinakamalayo niyang talon. Ilang talbog lang ay narating niya ang kinaroroonan ng halimaw. Gamit ang magnetic repulsion na nagbibigay kapangyarihan sa kanya para maibato ang sarili sa himpapawid, inasinta niya ang lalamunan ng higante. Pero mabilis ang kalaban, nahuli siya ng dalawa nitong kamay at piniping parang lamok. Nagmistulang luncheon meat lang sa loob ng naupuang pandesal ang bayani. Tulala ang mga taong nagkalat sa kalye, nanonood ng palabas na animo'y pinagbibidahan ng dalawang taga-ibang planeta na biglang naisipang mag-away sa

Pilipinas. Maya-maya pa ay may parang high-tension wire na pumutok sa loob ng palad ng gorilya, dahilan para maghiwalay ito at makalabas ang bayaning pilit iniuunat ang katawan. Nagpalakpakan ang mga tao, kabilang na ang mga magulang na may kasamang mga anak na di pa nakakaintindi sa mga nasasaksihan nila.

"Ano ang gusto niyo, mga anak, yung mga mannequin na palabas sa COD pag Pasko o eto?"

Parang pulgas lang na nagpatalon-talon nang mabilis sa paligid ng gorilya ang estranghero. Parang aso naman na di makahuli ng sariling buntot ang hilong talilong na halimaw. Nang makakita ng pagkakataon, muling nilundag ng bida ang pagitan ng mga kilay ng kalaban at tinadyakan ito nang buong lakas. Walang sinabi ang *Rocky IV*! Pabagsak na ang higante sa may Jai Alai Building sa may Taft Avenue nang saluhin ito ng estranghero. Buti at nailigtas ang gusali! Binuhat niya ang walang malay na kalaban at saka ito buong lakas na inihagis sa lugar na walang tatamaang mga building. Bumagsak ang dambuhalang kontrabida sa Luneta kung saan ito walang napinsala bukod sa monumento ni Rizal na nagmistulang flower vase na nahati sa maraming parte. Napatakip ng mata ang mga tao at naudlot ang palakpakan na ibibigay na sana sa lalaking naka-helmet. Nagkaroon ng di sinasadyang isang minutong katahimikan dahil walang nakakaalam kung paano tutugon sa ganoong palabas ng pinagsamang tagumpay at trahedya. Hanggang sa kumanta ang isang payat at bunging fishball vendor: *"Ghostbusters! Tenenenen-nenen…tenenenenenen…."*

Saka lang ulit nag-umpisang makapag-usap-usap ang mga tao. Siya namang pasok ng mga bumbero sa kalye sakay ng mga truck na may nakabibinging wang-wang. Tumabi sa sidewalk ang mga litung-lito nang mamamayan. Isang matandang lalaki ang humirit, "Kudeta na lang ang kulang!"

Mabilis na nilundag ng estranghero ang pinangyayarihan ng sunog. Higit dalawampung-tao ang nakita niyang humihingi ng saklolo mula sa penthouse ng isang apartment; ang iba nagwawagayway ng tuwalya, ang iba ginagamit itong panakip ng ilong at mukha. "Tulungan niyo kami! Tulungan niyo kami!"

"Wala na bang naiwan sa ibang kwarto?" tanong ng boses robot na lalaking bumulaga sa likuran ng mga biktima.

"Wala akong paki, alisin mo na kami dito!" sigaw ng matandang babaeng may malaking salamin sa mata at maikling puro puting buhok.

"Wala na, sir," matinong sagot na inihabol ng isang binata.

Napahimas sandali ng baba ang tagapagligtas habang nag-iisip ng gagawing hakbang. Tiningnan niya ang kapaligiran, saka biglang tinawid ang ilang building para makarating sa malaking billboard ng pelikulang *Pasan Ko ang Daigdig*. Mabilis niyang tinanggal ang canvass sa kahoy na balangkas at binalikan ang mga taong trapped sa sunog.

"Antagal-tagal mo naman, para ka lang uod!" humataw na naman sa reklamo ang matandang masungit.

"Pasensya na ho," magalang na sagot ng boses-robot.

"Manigas ka!" balik ng matanda.

Sandaling natulala ang lalaki sa kakaibang lola. Nang matauhan, pinasakay na niya ang mga tao sa billboard na ginawang banig. Isang ale ang napatanong: "Tatapakan natin si Sharon Cuneta?"

"Mauunawan na ho siguro tayo ni Sharon," sagot ng lalaki. Nang makasakay ang lahat, kinuha niya na ang apat na dulo ng banig at binuhat ang mga tao na parang mga talangkang naka-sako...na ikinagalit ng matandang may asal: "Ay, putragis!"

"Huwag kayo matakot, nasa mabuti kayong kamay!" sigaw ng lalaki sa mga taong nasa higanteng bag.

"Wala kaming makapitan! Malalaglag na kami! Saklolo!"

"Hindi ho, ligtas kayo. Huwag kayo mag—" napansin ng lalaki na gumaan ang bag. Saka niya lang nakita na nawarak ito sa bigat ng mga sakay na kasalukuyan nang nasa lupa at naghihilot ng kanya-kanyang pilay. Buti at sa buhanginan ng malapit na construction site sila bumagsak. Pero kita niya pa rin sa malayo na nagtaas sa kanya ng hinlalato ang di pangkaraniwang matanda.

Gdroooooohm....

Naramdaman niya ang malutong na uga ng mga building. Ano na naman kaya ito ngayon? naisip niya. Parang sagot sa tanong, unti-unting nagbitak-bitak ang mga lupa na akala mo e ikakahati na ng mundo sa dalawa.

"Tornado!" isang balut vendor ang unang sumigaw.

"Tanga, earthquake!" sagot ng nagtitinda ng sigarilyo.

Ipinaubaya na ng bayani ang sunog sa mga bumbero at sinuportahan naman ang mga building na posibleng bumagsak sa lindol. Isa-isa, tinatalon niya ang mga gusaling may nasirang mga pundasyon at pasandal itong ibinabalik sa pagkakatayo. Pero isa-isa ring nagbabagsakan ang mga istrakturang wala nang pundasyon pag umaalis na siya sa pwesto. Dahil wala nang ibang magagawa at nakalabas naman na ang mga tao sa building, tinugunan niya na lang ang mga sigaw sa kalayuan na abot pa rin ng pandinig niya.

Kitang-kita ng estranghero mula sa himpapawid ang tren ng PNR na wala nang control. Kung di mapipigilan, pwede itong kumalas sa riles at malaglag sa malalim na bangin. Armado ng tapang at kagustuhang makapagligtas, sinalubong ng lalaki ang rumaragasang tren. Dahilan para tumalsik siya na parang langaw lang na pinitik. Matapos magpagpag ng katawan, muli niyang nilundag ang bubungan ng higanteng bakal. Saka siya maingat na bumaba sa harapan nito para itapak ang mga paa sa riles at pigilan ang rumaragasang sakuna. Kataka-takang sa katauhang superhero, nagmistulang supersapatos din ang Converse niya. May kaunting pag-usok, pag-init, at pagkapudpod na nangyari sa sapin sa paa, pero unti-unti rin namang bumagal ang takbo ng tren hanggang sa tuluyan itong tumigil. Nakahinga ang mga pasahero, nagyakapan, at nagpalakpakan ang lahat. Sinilip nila ang taong responsable sa kanilang kaligtasan.

"Ang galing mo, sir…sino ka man!" bati ng isang lalaking pasahero sa bayani habang nakapulupot ang kamay nito sa kasamang nobya.

"Heneroso, ikaw ba yan?" tanong ng babae sa pasaherong nagsalita na limang upuan lang ang layo sa kanya.

"Huh?" napatakip ng mukha ang lalaking pasahero gamit ang jacket. "H-hindi. Nasa trabaho ako!"

"Heneroso, ikaw nga!" lumapit ang babae. "Damuho ka, wala ka namang trabaho eh!"

Nagkaroon ng panibagong gulo sa loob ng tren nang mag-umpisang magpaputok ng baril ang babae. Pero bago pa man makaawat ang estranghero sa away mag-asawa, isang matandang babaeng may malaking salamin sa mata at ubaning ulo ang dire-diretsong nanghampas sa kanya ng payong. "Wala ka talaga magawa, putris ka! Nandito ka na naman! Pati domestic violence, pakikialaman mo! Etong sa 'yo! At eto pa! At eto! Eto pa!"

Puro *aw, aray,* at *aruy* lang ang nasabi ng bayaning bumabawi na sana sa naging kapalpakan niya sa bangkong naholdap.

Si Aling Precious, ang mga anak nitong sina RC, KC, JP, JB, TJ at ang mga asawa nila, ang bunsong si Jonymay, at ang mga apong sina Mhelamyn, Jasper Von, Jennavee, Flordeliza, at Lucibelle—lahat nasa kalye. Prenteng-prenteng nakapwesto sa mahabang bangko na sumasakop sa kabilaan ng kalsada. Tulad ng lagi. Sa paligid ng bangko, ang mga hiwa-hiwalay na bangkito para sa iba pang miyembro: mga lalaking nakasando kundi man walang t-shirt, mga babaeng may napakaiikling shorts, at mga batang nagpapakabusog sa sitsirya. Tulad ng lagi. Istorbo sa kanila ang mga sasakyang dumadaan kaya madalas masimangutan ang mga driver na umaabala. Ilang hakbang mula sa kanila ay ang basketball court sa gitna ng kalye. Ilang hakbang mula sa half court ay ibang grupo na naman ng mga tambay sa kalsada. Tulad ng lagi.

Pero wala si Anghela. May ibang kliyente. Sa halip, kabalitaktakan ni Aling Precious ang mortal enemy at paborito niyang kakwentuhan na si Aling Baby.

"E di gan'on na nga, bumili na lang kami ng Technics Turntable."

"Hay naku, mare, ang yaman mo talaga!"

"Hindi naman."

"Hindi naman talaga, mare, syempre alam ko 'yon. Sa totoo lang, mas mahal kasi ang Kenwood Turntable. Yun ang dala sa 'kin ni pare mo nitong huli niyang uwi eh."

Magalang na tawanan. Pero sa sandaling pumikit nang sabay-sabay ang mga tao sa mundo, magagawa ng dalawa na magkalmutan sa loob ng tatlong segundo at ngumiti ulit pag nakatingin na sa kanila ang lahat.

"Yung Pioneer mong double cassette recorder, kumusta na pala? Natubos mo na ba sa sanglaan?"

"Hmp! Hinayaan ko na, tutal luma na 'yon. E yung sira mo nga palang TV, balita ko nagawa na ni Rogelio. Sampung taon na rin 'yon sa 'yo, di ba? Ang tibay ng Toshiba! Kahit lumang-luma na."

"Mahal kasi ang bili namin doon, kaya matibay talaga. Kasing tibay ng Hitachi Betamax namin."

"Oh, c'mon! Betamax? Ibig mong sabihin… wala pa kayong VHS?"

"Mer…ummm, wala! So what? Bakit—kayo?"

"Aba, meron, syempre!"

"Meron na kayo?"

"Meron na kaming balak bumili. Sa lalong madaling panahon!"

Pensyonadong balo ng dating opisyal ng gobyerno at bunsong kapatid ng dalawang accountant sa Amerika na sumusuporta sa kanya, si Aling Precious. Asawa ng engineer na may magandang trabaho sa Saudi at galing sa pamilyang may palayan sa Nueva Ecija, si Aling Baby. Magkapitbahay. Magkumare. Gustong-gusto nila laging nag-uusap. Pero pareho naman sila laging may kabog sa dibdib, takot na baka sa susunod na tanong e hindi na nila matapatan ang kayabangan ng isa't isa.

"Kumusta na yang nasa tiyan mo? Tiyak puro na naman kayo picture taking paglabas niyan."

"Naku, malamang nga, mare."

"Siguro naman meron ka nang Minolta. Kasi si Jonymay, meron na."

"Mare, sa totoo lang, luma na ang mga camera. Nakakatakot gamitin kasi baka may mga side effects!"

"Huh?"

"Bibili na lang daw ang pare mo ng video camera pagbalik ng Saudi, ipapa-package niya. Dapat nga nakabili kami kanina nung umalis kami, pero napagkasunduan namin na hindi na muna namin pahahawakin ng Sony Handicam si bunso hanggang wala pang bagang. Ayaw naming lumaki ang bata nang alam niyang mayaman ang pamilya niya."

Appliances ang pinakabago nilang paksa. Pero noong mga nagdaang linggo, ilang araw din ang iginugol nila sa pagalingan ng anak, pasarapan ng ulam, palakihan ng bahay na pareho namang maliit, pagandahan ng mga halaman, padalasan ng arkila kay Anghelang manicurista, at nitong huli—palakihan ng papel sa kooperatiba, sportsfest, at Clean and Green project na pare-parehong wala pang nasisimulan. Walang katapusang pakikipagtunggali at pahambugan na kadalasang natatapos lang sa pagdaan ng nakabisikletang barangay tanod na si Berto, o sa walang konsiderasyong pagpapausok ni Mang Dino. Noong araw na 'yon, nagsabay ang dalawa.

"Nakow! Nagtagpo na naman kayong magkumare. Buti at hindi pa kayo nakikidnap."

"Tumigil ka nga, Berto…*ubo!*" hindi nadiretso ni Aling Precious ang sasabihin dahil sa ubo. "Yung pagpatrolya niyo ang atupagin niyo nang matagpuan na sila Mang Jose at maumpisahan na ang mga balak natin sa Pelaez!"

"Mang Jose? Anong Mang Jose…*ubo!*… sinasabi niyo diyan?"

"Bakit, nakita na ba yung mag-anak?"

"Hindi pa. May iba na namang nawawala!"

"Naku! Nakakatakot ka na naman, Berto Yung halimaw na naman yan! Ano na ba nangyayari sa—*ubo! ubo! ubo!*" napatigil si Aling Baby sa sasabihin. "Nagsisiga na naman ba ng basura si Mang Dino?"

"Saan pa ba manggagaling yang mga usok na yan?"

Tinanaw ng tatlo ang pinanggagalingan ng usok habang pinapaypay ng kamay ang hangin para lumayo.

"Hay naku! Walang modong taong bundok. Palibhasa walang pinag-aralan! Gaano ba kahirap na itapon ang basura…*ubo!*…sa halip na sunugin?"

"Bayaan niyo, pag ako na ang pinuno sa bansang 'to, ipagbabawal ko ang pagsisiga ng basura, at sisiguruhin kong naipatutupad ang batas na yan!"

"At pag may sumuway?"

"Aba, papakuan ko sa noo ng karatulang: *Salot Ako!*" sabay tapak sa pedal ng bisikleta.

Iniwan ni Berto ang magkumare na gusot ang mga mukha dahil sa usok ng basura.

Tirik ang araw. Walang galaw ang tuyong hangin. Ramdam ang mainit na singaw ng kalsada sa loob ng Hasmin's Sari-Sari Store kung saan kayod-kabayo ang dalawang dekada at kulay kalawang nang bentilador. Nakakalat sa ibabaw ng mesang nakakabit sa dingding ang 15W na soldering iron at stand nito, desoldering pump, papaubos nang reel ng 22swg na solder, side cutters, wire strippers, maliliit na pliers at flat-blade screwdriver, heat sink, 3mm drill bit, isang maliit na electric drill, PCB rubber na ginamit para linisin ang mga copper ng isang stripboard, Kilometrico na ballpen, kapirasong papel, at ilang mumo ng Cheezels at Chikadees na inuunti-unti na ng mga langgam. Sa kabilang dulo ng mahabang mesa, pawisang ginagamot ni Rogelio ang sakit ng isang canister vacuum cleaner. Isinisingit ang pagpapahid ng noo sa manggas habang hawak sa magkabilang kamay ang mga probe ng volt-ohm meter. Pilit na inaalis sa isip ang init ng panahon at ingay ng *Lunch Date* na galing sa nagsusumigaw na TV nina Aling Precious.

"Kelan 'tong dyaryo niyo? Iba na naman ba 'tong apat na tao na nawawala?" tanong ni Bok-bok habang nakatingin sa dyaryo na pinagtitirisan niya ng mga garapatang nakukuha kay ET. "Naku, kailangan mo nang solusyunan 'to, Super Bangaw! Tutal isang linggo ka na ring walang adventure at tigakunsumo ka lang ng oxygen ng mundo! Huwag mong sabihing nag-e-LBM ka na naman o nasa sampayan pa costume mo."

"Ano tawag mo sa akin?" patanong na babala ni Rogelio.

"Mmm…Mighty Man?"

"Gusto mo talaga ng sakit ng katawan?"

"Ikaw e, binibigyan kita ng pangalan, ayaw mo."

Isinaksak ni Rogelio ang kinukumpuning vacuum cleaner at pinaandar. Ayaw pa ring gumana, pero tumutunog ang makina. "Meron na 'kong pangalan."

"Talaga?" biglang nagliwanag ang mukha ni Bok-bok, akala mo batang pagsasabihan ng sikreto. "Ano?"

"*Soonghkehtengk,*" parang nahihiya at halos pabulong na sagot ni Rogelio.

"Ano 'kamo?"

Inulit ni Rogelio ang pangalan niya, pero mabilis pa rin at di maintindihan.

Tumayo na si Bok-bok, hinarap siya, at hinawakan sa magkabilang balikat para alugin. "Ano kamo? Linawin mo nga!"

Hinawi ni Rogelio ang kamay ng kaibigan. "Super Strength!"

"Super...Strength?" nag-iba-iba muna ng emosyon ang mukha ni Bok-bok bago tuluyang sumabog sa tawa. "Ahahahahaha! Ahahahahaha!"

"Sira ulo ka, ano nakakatawa?"

"Hahahahaha! Ahahahaha!" pinapalo na ni Bok-bok ang sariling hita at di makahinga.

"Sabi ko Super Strength!" paglilinaw ni Rogelio, dahil baka mali lang ang dinig ng kaibigan.

Unti-unting bumwelo si Bok-bok para makapagsalita habang nagpupunas ng naluluha nang mga mata. "Para ka lang Pioneer Epoxy… hahahahaha! Sana ginawa mo na lang Latigo 50… ahahahaha!" Tuluyan na itong gumulong sa sahig sa katatawa.

"Ibig sabihin ng super strength, kakaiba lakas mo. Hindi mo lang naiintindihan, Bondying!"

Nauubusan na ng hininga si Bok-bok. "Bali…sino ka nga?"

"Ako si Super Strength!"

Nag-umpisa na namang malunod sa sariling tawa si Bok-bok, kasabay ng pag-alon ng bawat taba sa katawan. "Hahahahaha!"

Nasa ganito siyang estado nang mapansin niyang nagulungan niya na pala ang mga tiniris na garapata sa nakalatag na tabloid. "Ay, anak ng bulkan!"

Natawa si Rogelio, pero madali itong nahinto nang marinig ang laro ng mga bata sa kalsada.

"Ikaw daw yung gorilya, ako si Kapitan Sino, tatadyakan daw kita…yaaaah!" May laruang helmet yung bata at gwantes sa kamay na gamit ng mga karpintero, habang kinakarate ang kalaban. "Tapos babagsak ka daw sa mga tautauhan pag sinipa kita…yaaaaah!"

Napatayo na rin si Bok-bok habang nagpapagpag ng damit para sumilip sa kalsada. Nakita niya ang kariton ni Rogelio, tinapalan na ng "I love Kapitan Sino" ang sticker na "I love People Power." Nagkatinginan ang magkaibigan. Sa bandang kanto, namataan nilang nagkakakrus si Jong, dating laging naka t-shirt ng USA for Africa, pero ngayon ay Kapitan Sino na ang suot. Lumabas ng shop ang dalawa. Pinaa ni Bok-bok ang basura na humaharang sa daloy ng tubig sa kanal, isang maliit na plastic ng sitsiryang kornik na may tatak na Capitan Cino. Ilang hakbang mula sa kanya, binabasa naman ni Rogelio sa poste ng Meralco ang nakapaskil na patalastas ng isang fast food chain: "Choose from our fun party themes: Outer Space, Dinosaur Land, At the Zoo, or Kapitan Sino Adventure." Sa itaas nito ay may isa pang patalastas: "Kapitan Sino Tattoo? Call 36-17-34" At isa pa: "Kapitan Sino's Empanada. Mainit-init at greaseless pa!"

Nagmadaling tumakbo si Rogelio pabalik sa shop para tingnan ang binili niyang *People's Journal* noong araw na 'yon. Isinara niya ang nakalatag na babasahin na ginagawa niya lang sapin sa mesa, at tiningnan ang harap. Noon niya lang napagtuunan ng pansin ang headline: "KAPITAN SINO TO SAVE THE DAY." Nagbukas ng radyo si Bok-bok. Sa isang daanan lang ng buong AM band ay dalawang beses nilang narinig na nabanggit ang pangalang Kapitan Sino, halos kasingdalas ng pagpapatugtog sa kanta ni Timmy Cruz. Nagbukas ng TV si Rogelio at naghanap ng palabas na hindi "Three o' Clock Prayer." Sa kabila ng mahinang reception sa Channel 4 ay malinaw nilang nakita ang sikat na mascot na pagong na balot ng helmet at palarang costume, kumakanta: "Kilala niyo ako, kilala niyo ako, ako'y isa sa kapitbahay, kapitbahay ninyo… weeeeeh!"

Kumakapal ang dami ng tao sa plaza habang papadilim. Dumarami rin ang tansan, plastic ng yelo, at plastic straw sa kalsada na iniiwan lang ng mga taong umiinom ng softdrinks habang paroo't parito sa pag-uusyuso sa kaguluhan. Maingay ang kalembang ng mga nagtitinda ng ice drop at sigaw ng mga mamang naglalako ng popcorn at cotton candy. Abot na rin sa kalsada ang mga paninda sa bangketa: suman, puto, kutsinta, merengge, ampaw, biskwit, at malalaking supot ng puto seko. Di magkamayaw ang mga magulang na may bitbit na mga paslit, habang salu-salubong naman ang magbabarkadang magkakaakbay na nakakabara sa daan. Ito ang inilalarawan ni Rogelio kay Tessa mula sa itaas ng Sto. Domingo, ang simbahan kung saan niya dati isinabit ang nahuli niyang magnanakaw.

"Nakakatuwa, parang fiesta," malambing na ngumiti si Tessa habang nakaharap sa direksyon ng mga tao.

"Um..oo, pero sobrang dami ng pulis at barangay tanod—"

"Sila ba yung nagpapatugtog n'on?" tinutukoy ni Tessa ang paulit-ulit na limang nota na parang tunog sa pelikulang *Close Encounters of the Third Kind.*

"Oo, sinusubukan yata nilang tawagin si Kapitan Sino sa outer space."

"Darating ba siya?"

Napatingin si Rogelio sa dalagang di nakakakita. "Siguro pag natanggap niya nang 'yon ang pangalan niya."

"Sino ba nagbansag noon?"

"Hindi ko alam. At parang ayokong malaman."

Nagtawanan ang dalawa. Itinuloy ni Rogelio ang paglalarawan sa mga nangyayari. Ang abalang kabataan na naglalagay ng upuan sa stage. Ang mga opisyal ng munisipyo na may megaphone at nagbibigay ng direksyon sa mga tao. Ang matatandang lalaki na nakatsaleko, miyembro ng kung anong organisasyon. Ang matatandang babaeng may belo, parang magnonobena. At ang mga tricycle at Ford Fiera na biglang nagsitubo sa kalye.

"Sana hindi umulan."

"Hindi uulan."

"Ba't mo alam?"

"May buwan."

"Talaga?" ngiting-ngiti si Tessa, parang paslit na ngayon lang nakalabas ng bahay. "Maganda ba?"

"Oo."

"Maliwanag?"

"Oo."

"May mga bituin sa langit?"

"Oo."

"Kaunti lang ang ulap?"

"Oo."

"Nagsisinungaling ka?"

"Ba't alam mo?"

"Hindi ka sa langit nakatingin."

Kayumanggi si Rogelio, pero namula siya nung mga sandaling 'yon, habang tinatanggal ang pagkakatitig kay Tessa. Lalong lumamig ang gabi at naramdaman niya ang daplis ng ginaw sa batok, kasabay ng maikling pagsayaw sa hangin ng itim at mahabang buhok ng dalaga. Tiningnan niya ulit si Tessa, ang maliit at maamong mukha, ang natutuyong labi sa malamig na hangin, ang mahabang leeg sa balingkinitang katawan, ang taong hindi niya maaming kaligayahan ng mundo niya. Umandar ang ilang minuto nang walang nakakapagsalita, kaya nagpasalamat na lang siya para sa kasuotan ni Kapitan Sino.

"Kahit na mukha kang tanga?"

"Hindi ah, sino may sabi nun?"

Tumawa si Tessa. Labag man sa isip, napatanong din si Rogelio makalipas ang ilang sandali. "Mukha ba talaga akong tanga?"

Ngumiti si Tessa nang tago ang ngipin at humarap sa kausap. "Wala akong paningin. Hindi ako nakakakita ng maskara. Kung sino ka talaga, yun lang ang nakikita ko."

"Naku, kung talagang gwapo pala ako sa ilalim ng maskara e di hindi mo rin malalaman 'yon!"

"Hindi ko malalaman, pero maaawa ako sa 'yo."

"Dahil?"

"Dahil maraming pwedeng magkagusto sa 'yo nang di ikaw ang nakikita nila kundi kung ano ang itsura mo."

"Um, oo, pero hindi ba mas mahirap ang buhay kung…kung kunyari kamukha ko si Bok-bok?"

"Una, hindi ko alam itsura ni Bok-bok. Pangalawa, hindi ba mas masarap mahalin nang di lang dahil sa itsura mo?"

"E kung dahil naman sa kayamanan? O kapangyarihan?"

"Hindi pagmamahal 'yon."

"E kung wala kang itsura, o pera, at walang magmahal sa 'yo?"

"Naniniwala ka ba talaga sa mga tanong mo?"

"Hindi, pero—"

"Sabi ni Exupery, ang pinakamahalagang bagay sa mundo, hindi nakikita ng mata."

"Una, hindi ko kilala yang sinabi mo, kung sino mang artista yan. Pangalawa, naniniwala ka ba talaga sa mga sagot mo?"

"Alam mo ba ang pinagkaiba ng mga bulag sa mga nakakakita?"

"Paningin?"

"Hindi alam ng mga nakakakita kung kelan sila bulag."

"Ikaw, lahat ba ng hindi nakikita ng mata, nakikita mo?"

"Nararamdaman," bahagyang niyakap ni Tessa ang sarili para labanan ang lamig. "Sabi ng Tatay ko dati, huwag daw akong malungkot dahil mga panlabas na anyo lang ang di ko makikita, pero mas makikilala ko naman ang mundo sa kung ano ito dahil di ako mabubulag ng mga anyo."

"Hehe."

"Ano'ng nakakatawa?"

"Wala. Naalala ko lang kasi si Bok-bok, naubos ang trenta pesos sa pakikipag-phone pal."

"Trenta? Pwede na siya kumain sa Cindy's noon ah!"

"Parang gan'on na nga nangyari. Gumastos pa ulit siya nang nagkita sila ng ka-phone pal niya sa Tropical Hut. Ubos ang naipon niya, pero walang nakapagsalita sa date. Ang alam ko manunuod pa sila noon ng sine, pero nagkatakutan na yata. Hahaha."

"Nakakatakot nga."

"Si Bok-bok?"

"Na mapagkamalang hindi ka pwedeng mahalin, o mapagkamalian kang mahalin ng tao dahil sa itsura mo."

"Syempre kahit papano hindi matatanggal sa mga nakakakita na importante ang itsura."

"Importante saan? Bakit may mga mag-asawang tulad nina Aling Baby at Mang Boy, na sabi-sabi ng mga tao 'magkamukhang bakulaw', pero masaya naman sa piling ng isa't isa; at bakit maraming gwapo at maganda na nauuwi lang sa hiwalayan?"

"Hmmm…may punto ka. Dapat sa 'yo magkaroon ng sariling programa sa TV, matalino ka e."

"Humahaba na ilong mo sa pambobola. Saan ako lalabas, sa sinasabi ni Bok-bok na *That's Entertainment*? Yung ipinagmamalaki niyang may kahawig ka raw na artista?"

"Ako? Sira ulo 'yon ah! Bakit ako ibinubuko noon? Sino daw ang kahawig—"

"Si Jograd de la Torre?"

"Jograd?" nabasag ni Rogelio sa kamao ang wala nang laman na bote ng Royal Tru Orange na napulot niya at kanina pa pinapaikot sa sahig.

"Ano 'yon?"

"Wala. May natapakan lang akong bote."
"May nasabi ba kong mali?" Biglang kumunot ang noo ni Tessa dahil sa naisip, "Niloko na naman ba ako ni Bok-bok?"

"Hindi. Artista nga si Jograd de la Torre. Pero sobrang gandang lalaki n'on, hindi ko kamukha." Nakatutok si Rogelio sa magiging reaksyon ni Tessa, "P-pero kung…sabihin nating mukha nga akong artistahin…bagay na bang bayani si Kapitan Sino?"

"May binabagayan ba ang kabayanihan?"

Humarap ulit si Tessa sa kawalan at inilapag ang mga palad sa pasimano ng kampanaryo, para pa ring paslit na di nauubusan ng tuwa. "Ano'ng oras daw ba susunod si Bok-bok?"

"Walang sinabi. Marami-rami yung napangahoy niyang tanso, baka nakikipagtawaran pa kay Mang Dino."

"Ganitong oras?"

"Oo. Minsan nga walang tulugan yung mga tao sa junk shop e."

"Sayang, hindi pa siya nakakaakyat dito. Ang sarap pa naman ng hangin."

"Oo nga, hangin lang pa naman ang kaya kong ilibre sa inyo."

"At saka buwan."

"Haha. E bituin?"

"Saka bituin."

"At gabing hindi maulap?"

"At gabing hindi maulap. Nagiging makata ka na naman. Gumagawa ka pa ba ng mga tula?"

"Oo, pero—"

"Alam ko na, huwag mo na ituloy. Naalala ko, nakakabuo ka lang ng 'katha' pag seryoso ka, at tahimik, at ikaw lang mag-isa, at kailangan galing sa puso mo ang sinasabi mo."

"Eto, totoo na, maganda talaga yung buwan. Parang spotlight sa liwanag." Napapanganga si Rogelio habang nakatingala. "Sana mag-brownout para mas maganda ang view."

"Naisip mo na ba kung kunyari hindi ka taga-earth, at sa buwan ka talaga nakatira?"

"Pwede."

"Hindi ka ba malulungkot dahil walang mga tao doon?"

"Maraming tao dito ang mas malungkot pa sa taong nakatira sa buwan. Saka hindi naman kailangan ang maraming tao para bumuo ng mundo e. Minsan isang tao lang ang kasama mo, buo na ang mundong kailangan mo habambuhay."

"Ay, gusto ko yan! Gusto ko yan!" napakagat ng daliri si Tessa matapos mamalo at mapahawak sa braso ni Rogelio.

"Ang alin? Ang alin?"

"Yung kanta ni Carole King," tumigil kagad sa pagsasalita ang dalaga para iparinig ang kasalukuyang tugtog sa plaza na nauwi na sa mga love song.

"Gusto mo yan?"

"Nakakalungkot kasi yung sabi ng babae sa kanta, mahal na mahal siya ng lalaki noong gabi pero nagtatanong siya kung mamahalin pa rin ba siya nito kinabukasan."

"Di ba luma na yan? Paulit-ulit na tugtog yan sa prom natin e. Sila din yata yung mobile doon. Iilan lang siguro yung plaka nila."

"Hindi ka sumayaw?"

"Hindi ka umattend."

Wala kagad naisagot si Tessa. Matagal ang naging katahimikan bago ulit siya nakapagsalita. "Wala kasi akong isusuot."

"Ikaw, magdadahilan ng gan'on?"

"Hindi ako partikular sa itsura ng tao, pero sino naman ba may gustong magmukha siyang kawawa sa prom?"

"Sino naman may sabi sa 'yong kaya mong gawin 'yon?"

"Uuy, sasabihin niya maganda ako tapos mamaya manliligaw na yan!"

Mahiyaing tawa lang ang naisagot ni Rogelio. Suminghot siya nang kaunti, at huminga nang malalim para punuin ang baga ng preskong hangin. Tiningnan niya ulit ang abalang mga tao sa kalsada; binubuksan na ang magagandang ilaw na ikinabit sa mga poste. Ipinako niya ang isipan dito para hindi matalo ng kaba sa kwentuhan.

"Maganda ba 'ko, Rogelio?"

Tuluyan nang nasira ang kumpiyansa niya sa sarili dahil sa mga biro ni Tessa. Alam niyang pag sumagot siya ng oo e magiging mababaw siyang tao para sa kausap.

"Hindi."

"Hindi ako maganda?"

"Oo! Ibig kong sabihin—"

Medyo nadismaya si Tessa sa mga sobrang ingat na sagot ng kausap. "Hindi ko tinatanong kung ano itsura ko. Pumikit ka. Rogelio, maganda ba 'ko?"

Pumikit si Rogelio at sa isip tiningnan si Tessa. Lalong bumilis ang tibok ng puso niya, kasabay ng parang lalo pang paglamig ng gabi. Dahil sa natutuyong lalamunan, hina ng loob, at lakas ng kaba, halos hindi niya mapalabas ang mga importanteng salita sa bibig at kailangan niyang tumigil maya-maya. "H-higit ka sa maganda…higit sa mak…sa makikita ng mata at matatanaw ng diwa…higit sa maipipinta ng awit…at malililok ng salita…higit sa malilipad ng pangarap at masisisid ng tula…higit ka sa pinakamagandang katha." Pabulong na lang natapos ni Rogelio ang sagot, at nakatitig na siya kay Tessa sa huling pangungusap. Hindi nakaimik ang dalaga. Pero malinaw ang sagot nito nang kunin ang mga kamay ni Rogelio para ipaikot sa katawan niya, kasabay ng mahigpit na pagyakap sa binata.

"Halikan mo 'ko, halikan mo 'ko na parang paniking uhaw sa dugo, Rogelio!"

"Oo, uhaw akong paniki, Tessa!"

"Rogelio?" isang malutong na tanong ang nagpabalik ulirat sa binata. "Bakit ka uhaw na... paniki?"

Dumilat ang binata at lumingon sa paligid na parang gusto pang mambintang sa iba. "Sinabi ko 'yon?"

"Ewan ko sa 'yo. Paniki!"

Napakamot ng ulo si Rogelio. Natawa. Nainis. At napakamot ulit habang pinipilit ipaliwanag kay Tessa ang hindi maipaliwanag na pantasya.

Sa ilalim ng maliwanag at bilog na buwan, at sa tuktok ng matandang simbahan na mataas pa sa ilang katabing puno, patuloy na pinagsaluhan ng dalawa ang masayang gabi ng tawanan at mahabang kwentuhan. Saksi ang langit at mga bituin. Habang paulit-ulit ang plaka ni Carole King.

Mag-aalas-dose na ng gabi nang pumasok ng kwarto si Rogelio. Pagkatapos magtanggal ng kaunting kalat sa higaan, hinubad niya ang t-shirt at isinabit sa pako sa dingding, katabi ng poster ng mga asong naglalaro ng bilyar, lumang kalendaryo na may litrato ng Sto. Niño, at bagong kalendaryo kung saan tinatakpan ng kamay ni Phoebe Cates ang dibdib nitong walang saplot. Masaya niyang inihiga sa kinutsunang papag ang katawan nang nakailalim ang mga kamay sa ulo, habang nagmumuni-muni at ninanamnam ang mga sandaling kasama niya si Tessa. Pilit na inuulit sa isip ang mga pangyayari sa kabila ng maingay na inuman ng kapitbahay ilang hakbang lang mula sa kanila.

"Natawagan mo?" sigaw ng lasing sa kasama.

"Hindi na 'ko tumuloy, baka tulog na 'yon."

"Anong oras ba ngayon sa Saudi?"

Kilala niya ang boses ng mamang maingay, ang bagong nangungupahan sa katabing bahay nina Aling Precious. Mabait na tao, pero sobrang makwento pag nakakainom, na nangyayari tuwing Biyernes at Sabado. At sa lima pang araw ng linggo.

"Tawagan mo na lang bukas, buhay pa 'yon. Hahahaha!" Lasing na nga ang mamang takbuhan ng mga kamag-anak ng mga nag-a-abroad. Ilan lang ang may PLDT sa Pelaez, at ang mamang senglot lang ang madaling mapakisuyuan ng overseas calls. Ayon kay Bok-bok.

"Mag-a-RCPI na naman si Inang bukas e," sagot ng kausap. "Di titigil 'yon ng kaka-telegrama hangga't walang balita kay Joel."

"Papauwiin naman yun ng kumpanya kung may sakit na ang mga kasamahan niya e. Hahahahaha!"

"Sige ho, balik na lang ako bukas."

"Ayaw mo ba uminom?"

May iba pang mga boses na nagsalita bago sumabog ang malakas na tawanan. Sinundan ito ng kahol ng mga aso, tunog ng mga binubuksang San Miguel, talsik ng tansan. Karaniwang eksena sa mga ganoong umpukan. Pinilit nang matulog ni Rogelio. Itatakip na niya ang unan sa mukha nang biglang tumahimik ang mga tomador.

NANGIBABAW ANG KAHOL ng mga aso. Tunog ng tumumbang bote. Usapang hindi maintindihan pero malinaw na walang tawanan. Mga hinilang bangko. Takbuhan.

"Ano raw itsura ng kumidnap sa bata?"

Bigla siyang napatayo para sumilip sa bintana. Isang pandak na lalaki na lang ang natira sa kalye, nakapamewang habang nakatanaw sa kanto kung saan nagtakbuhan ang mga kasamahan, hindi alam ang gagawin, at walang maisagot sa tanong ng mga kababaihang isa-isang naglabasan ng bahay.

NAPADPAD SI KAPITAN Sino sa masukal na bakanteng lote sa paghahanap sa batang kinidnap noong gabi ding 'yon. Alam niyang nandoon lang ang biktima. Sa liwanag ng buwan, isang anino ang natanaw niyang gumalaw mula sa itaas ng mga puno. Sinundan niya ito ng tingin at lalo pang tinalasan ang pakiramdam.

Kaluskos. Lingon. Malakas na hangin. Ibinaba niya ang tingin para imbitahan ang muling pagpaparamdam ng anino. Wala. Nagpatuloy siya sa paglalakad. Nakarinig siya ng ingay. Galing sa lumang ospital? Tinanaw niya ang abandonadong Lunas Hospital. Gumalaw ulit ang anino. Hindi niya pinansin, tumuloy siya sa direksyon ng ingay. Isang malakas na sigaw! Sinagot ni Kapitan Sino ng isang malakas na lundag. Sumabog ang salamin na bintana ng lumang gusali sa pagpasok ng tagapagligtas. Walang ilaw sa lugar bukod sa nakadungaw na sinag ng buwan. Tumingin siya sa kaliwa, walang tao. Tumingin siya sa kanan, isang nakatayong hayop na balot ng balahibo ang gumulat sa kanya. Kasabay noon ang isang suntok sa mukha na nagpatalsik sa kanya sa isang poste ng ospital. Bagsakan ang mga natibag na kongkreto. Lalong dumilim ang lugar dahil sa alikabok. Halos hindi pa niya alam kung ano ang nangyari nang muli na namang tumambad sa harap niya ang mabalahibong nilalang; isang tao, pero balot ng buhok na abot ng apat na pulgada. Hinawakan siya nito sa leeg, at saka ibinalibag na parang basahan sa kabilang parte ng kwarto. Warak ang mga nabubulok nang kama at kalawanging steel cabinet. Hindi pa masaya, sinundan siya ng nilalang at sinipa palabas sa pasilyo. Nabuwal ang pader na pinaghampasan sa kanya. Pinilit niya kagad makatayo para proteksyunan ang sarili. Sa malakas at biglang pagdidikit ng mga palad, nakagawa siya ng blast field na nagkubli sa kanya sa lumilipad na sipa ng mabalahibong tao. Pero hindi sakto sa tiyempo, kaya parehas din silang tumalsik sa impact. Agad siyang bumangon ulit para sa opensiba. Gamit ang thermo-chemical energy ng kamao na nagmistulang projectile ng sampung sipa ng kabayo nang isinuntok, napatalsik niya nang ilang metro ang kalaban.

Paaagh!

Na naulit ng isa pang beses. *Paaagh!*

At isa pa. *Paaagh!*

Lasog-lasog ang katawan ng nilalang sa banyo kung saan bumulwak ang tubig galing sa malaking tubo na naputol.

Lalong lumakas ang sigaw ng biktima sa kabilang kwarto. Isang bumabawing suntok ang hahalik sana sa mukha ni Kapitan Sino nang maunahan niyang ikulong ito sa kanang kamao. Nagtunugan ang mga nadurog na buto ng kalaban, pero hindi sapat para mapigilan ang kaliwa nitong kamay na humawak sa kanan niya. Halos mapigtal ang braso ni Kapitan Sino. Agad niyang nabitiwan ang kamay ng mabalahibong tao, dahilan para maihagis siya nito na parang bala ng kanyon.

Baaagh! Baaagh! Baaagh!

Butas ang tatlong kwarto ng ospital na pinaghagisan sa kanya, tagus-tagusan. Hindi na siya nakabangon. Napuno lalo ng alikabok ang lugar dahil sa mga nabutas na pader, sumabog na na pundasyon, plywood na nagkandapunit-punit, at mga tipak ng tiles at semento na natibag sa sahig. Mistulang dinaanan ng giyera ang loob ng lumang ospital. Nakiramdam ang mabalahibong tao kung buhay pa ang superhero na nangahas sa kanyang kuta. Isang minutong katahimikan.

Zzzt.

May kumislap sa dilim.

Zzzt. Zzzt.

Lumapit ang halimaw. Wala itong maaninag bukod sa napakaliit na bughaw na apoy mula sa kinaroroonan ni Kapitan Sino.

Zzzt.

Isang silip pa.

Zzzt...Gabbbooooom!!!

Isang higanteng bola ng puting apoy mula sa palad ni Kapitan Sino ang nagpatalsik sa kalaban papalayo. Isang kidlat na nagpaliwanag sa buong unang palapag ang nagbato sa kakaibang nilalang sa kabilang dulo ng gusali. Namangha si Kapitan Sino sa kakayahang noon niya lang nasubukang magawa nang tama. Hinihimas-himas niya pa ang palad habang papatayo nang marinig niya ang sigaw ng kalaban.

"Huwag mong sasaktan ang anak ko!"

Sa pagitan ng mga nagliliyab na piraso ng kahoy, sinundan ni Kapitan Sino ang pinanggalingan ng tinig. Nakita niyang ipit ang kamay ng kaaway sa ilalim ng mga nagbagsakang istante. Tutulungan niya pa sana ito nang marinig itong magsalita ulit, ilang hakbang mula sa sarili nitong braso.

"Huwag mong sasaktan ang anak ko! Wala siyang kasalanan!"

Putol ang kaliwang kamay ng mabalahibong tao. At sunog ang tiyan pababa. Ginagamit na lang nito ang kanang kamay pangtukod para maiangat ang ulo sa sahig at makita ang kausap.

Sa kalunus-lunos na itsura, naaninag ni Kapitan Sino ang tao sa ilalim ng mga buhok.

"Ikaw ang halimaw na pumapatay ng mga tao?"

"Ako ang halimaw na gawa ng mga tao," napangiti si Solomon Suico bago pasukong inilapat ang likuran sa sahig. "Kalimutan mo na ang pagkwelyo sa akin para ilipad sa presinto, sa komiks lang nangyayari 'yon. Sa totoong buhay, hindi sa ganoon natatapos ang pagkikita ng mga tulad mo at tulad ko. Nagliligtas ka ng bayan, nagliligtas ako ng anak."

Tiningnan niya si Kapitan Sino. "Parehas tayong may obligasyon."

"Nasaan ang bata?"

"Huwag mong sasaktan ang anak kooooo!" buong lakas na isinigaw ni Mayor Suico ang pagmamakaawa, na noon lang niya nalaman ang dahilan: nasa likod na niya ang anak nito.

Hooohrghh…Hooohhrrghhh….

Isang iyak na malalim at garalgal, pero hindi mo mapagkakamaliang ibang hayop, dahil mas malapit ang tunog nito sa tao. Maingat na humarap si Kapitan Sino. Kalkulado ang bawat galaw. Dahan-dahan, pigil ang hininga. Hanggang sa nakita niya sa liwanag ng mga apoy ang parang higanteng balyena. Halos kasingtaas niya. Higit dalawang metro ang haba. Balot ng makapal na balahibo, tulad din kay Mayor. May maliliit na paa sa likuran na mapagkakamalan lang putol na buntot, at maiikli at matatabang mga kamay sa magkabilang-gilid, pero lahat—ang mga kamay at paa—walang silbi. Gumagapang lang ito na parang uod na malaki.

"Ang kakulangan ng katauhan ko, pinunan ko ng pagiging makatao. Hindi ko ginusto na maipasa ang kapansanan sa anak ko…hindi ko inakalang magiging mas kakaiba pa siya sa akin," umiiyak si Suico. "Protina lang sa dugo ng tao ang kailangan…dugong nabibili pa namin noon. Pero lumalaki na ang anak ko. At hindi na sapat sa gutom niya ang pambili at supply ng dugo."

Unti-unting umaatras si Kapitan Sino habang lumalapit sa kanya ang higanteng may nakakasulasok na amoy. "Walong sanggol at limang ina ang sabay-sabay na namatay sa ospital na 'to kaya ipinasara. Tama ba ang usap-usapan noon ng mga tao na hindi 'yon dahil sa epidemya?"

"Walang tama sa mga iniisip nila!" namilipit si Mayor sa hirap sa pagsasalita. "Wala silang alam. Mga linta lang sila ng mundo. Pasakit sa isa't isa!"

"Hindi alam ng mga tao kung mali na ang ginagawa nila."

"Pero hindi rin nila ginagawa ang alam nilang tama! Mga salot na naghihintay ng magliligtas sa kanila…ako lang ang nagbigay ng pag-asa sa bayan na 'to!"

"At buhay ng mga mamamayan ang sinisingil mo?"

"Dahil utang nila sa akin 'yon!"

Naabot na ni Kapitan Sino ang dulo ng kwarto, wala na siyang aatrasan. Ramdam niya sa likod ang lamig ng pader na pwersadong sinasandalan, at ang bigat ng higanteng dumudurog sa kanya sa harapan. Abot-abot ang hininga niya sa loob ng helmet na pinagsasalaminan ngayon ng nagbabantang nilalang. Dalawang dangkal ang bunganga nito na parang pitakang hindi gaanong naibubuka, puno ng mga ngiping para ring sa tao.

"Michael ang pangalan ng anak ko…may pangalan siya…hindi 'aswang,' hindi 'tikbalang,' hindi 'halimaw!'" Nauwi ulit sa iyak ang galit ng mayor. "Siya na lang ang alaala ng asawa kong namatay sa pagsisilbi sa lugar na 'to."

Unti-unting kinagat ng balyena ang balikat ni Kapitan Sino, isang mapaglarong kagat ng aso sa kanyang amo. Tiniis ng tagapagligtas ang kaunting sakit habang pinakikiramdaman ang intensyon ng dambuhala, iniiwasang gumamit ng dahas.

"Michaeeeeeeel!" isang malakas na sigaw ng ama. Saka lang nakita ni Kapitan Sino ang dugong bumabaha sa sahig at pumapatay sa ilang maliliit na apoy. Tiningnan niya si Mayor, hindi sa kanya ang dugo; ang sariling balikat, walang sugat; si Michael, nakatingin pa rin sa kanya ang mga mata nitong parang sa tao, pero matamlay na. Kasabay noon ang mas lumakas na tagas ng dugo na galing sa tagiliran nito, na kasalukuyang nakakayod sa nakabaliktad na kalawangin at punit na yerong lababo.

"Anak ko…" mahinang paghihinagpis ng ama na halos wala na ring hininga.

Natulala si Kapitan Sino sa dumadaloy na dugo ng mga taga-Pelaez mula sa mabigat na katawan ng anak ni Mayor, na bagama't walang kakayahan at hindi dapat, ay nakuhang gumapang alang-alang sa ama. Tuluyang bumagsak si Michael bago pa man naubos ang tumatagas na dugo na bumuhay sa kanya ng maraming taon.

Ang biktima? Biglang naalala ni Kapitan Sino ang batang kinidnap. Tinakbo niya kaagad ang bawat sulok ng ospital sa paghahanap sa paslit na maaari pang iligtas. Nakita niya ito sa loob ng masangsang na kwarto na may patong-patong na kumot sa sahig, posibleng lugar na pinaglalagakan kay Michael. Pero nanghina siya at sumikip ang paghinga nang malapitan ang nakadapang biktima: may pulso pero duguan, walang saplot, walang malay...at hindi isang bata kundi isang babae. Si Tessa. Mabilis niya itong binuhat para ilabas sa sira-sirang gusali at dinala sa doktor.

Pagkahatid sa pagamutan, iniwan kaagad ni Kapitan Sino ang dalaga. Siya namang dating ng nagmamadaling si Rogelio. Kasalubong ang balitang wala nang buhay si Tessa.

"Ikaw daw yung aswang na balyenang halimaw, ako si Kapitan Sino, kukuryentehin daw kita… *Zzzzzzt!*" Nasa kalsada na naman ang batang may suot na laruang helmet sa ulo at gwantes ng karpintero sa kamay, nakikipagbuno sa kalaro na gusto rin sanang maging si Kapitan Sino. "Tapos babagsak ka daw sa aspalto pag sinipa kita… yaaaaah!"

"Hindi mo daw ako tatamaan," umilag ang batang lawlaw ang salawal.

"Ay, tatamaan daw kita!"

"Tatamaan mo daw ako pero hindi ako tutumba," nag-i-slow motion ang bata na parang action star.

"Ay, babagsak ka raw tapos mamamatay."

"Pero mabubuhay daw ako tapos ako pala si Kapitan Sino."

Ilang hakbang mula sa mga bata ay ang basketbolan sa gitna ng kalye. At ilang hakbang pa mula sa half court ay si Mang Berto na nakabisikleta, kakwentuhan si Mang Boy na kasama ni Aling Baby, na kausap ni Aling Chummy na kilalang pinakamabait na residente ng lugar, na sine-serbisan ni Anghelang manicurista, na abala sa pakikipaghuntahan kay Aling Precious, na katabi sa mahabang bangko ang mga anak, manugang, at apo, na kasamang nakikigulo sa iba pang mamamayan ng Pelaez na nakikiisa sa sambayanang tsismisan.

"Eh hindi ko nga alam, hindi naman ako tsismosa para usisain pa kung bata nga ba talaga yung nakita ng mga lasenggo," sabi ni Angela na unang lumabas ng bahay noong nagdaang gabi para mag-usisa. "Sabi-sabi lang kasi na bata daw. Naku ha, eh pwede ba nating panghawakan ang sabi-sabi?"

"Pero pwede namang pagkamalan na bata kasi yung si Luisa."

"Tessa."

"Luisa, Tessa, Aurora—pangalan lang 'yon, ang importante matitigil na ang lagim dito sa bayan natin!"

"Ba't kasi nagkakaganito tayo, ano ba ginagawa ng gobyerno natin?"

"Hindi kaya may koneksyon 'to sa mga biktima daw ng sakit sa Peru saka sa Japan?"

"Sa Alaska!"

"Hindi, Peru nga raw saka Japan sabi ni Ernie Baron kagabi."

"Iba pa ba yung sa Alaska saka sa Ukraine ba 'yon?"

"Ay, ano ba! Bakit hindi ka nagdadahan-dahan?" napasigaw si Aling Precious sa pagsabog ng plastic ng Nips ni Jasper Von. "Jonymay! Pulutin mo nga yung mga naglaglagang tsokolate, hindi mo kasi tinutulungan yung pamangkin mo sa pagbukas ng kakainin niya e!" Itinuro ng nanay sa anak ang mga tumalsik na piraso. "Ayun, marami pa don malapit sa kanal, kunin mo, wala pang 5 minutes!"

"Wala bang pasok ang mga bata ngayon?"

"Bonifacio Day daw."

"Ano 'yon, parang pild trip?"

"Meeting siguro nung mga maestra, ewan! Wala ring pasok sila Mishqua, e."

"Naku, kayo namang mga bata kayo talaga!" napasigaw na naman si Aling Precious nang makitang pinaglalaruan ng iba pang mga apo ang basura sa kalsada at dinadala sa bakuran nila. "Ambababoy niyo! Bitiwan niyo yang mga basura, madumi yan. Ihagis niyo doon sa tapat ng ibang bahay, hindi atin yan!"

Napabuhat ng upuan ang ilan sa mga anak ni Aling Precious para iwasan ang mga basurang tinutuhog ng mga bata sa mahabang piraso ng kawayan. Noong nakaraang araw lang, ipinagmamalaki ng palawalis na ginang na pangungunahan niya na ang paglilinis ng mga mamamayan sa kapaligiran ng Pelaez. Na sinagot naman ni Aling Baby ng pangako na boluntaryo niya nang lalakarin ang pagbuo ng kooperatiba. Pero wala ring kinahinatnan ang usapan dahil nauwi lang sa patutsadahan ang lahat nang hindi magkasundo ang dalawang maybahay sa pag-ako ng sportsfest.

"Huy, baka naman hindi na sa ospital galing yang mga bitbit mo!" sita ni Mang Berto sa napadaang si Jong na may dala-dalang mga lumang yero. Noong umagang 'yon, pinagpiyestahan kaagad ng mga taga-Pelaez ang natuklasang junk sa Lunas Hospital na pwede pang maibenta. "Si Mayor daw ba talaga 'yon?"

"Oo, walang binatbat kay Kapitan Sino," itinuro ng nguso ni Jong ang mukha ng superhero sa t-shirt na lagi niyang suot.

"Tsk, tsk," napailing si Mang Boy. "Dapat si Kapitan Sino na lang ibinoto nating alkalde, wala pa tayo naging problema."

"Sa totoo lang, wala man lang tayo naging pakinabang diyan kay Suico na yan!" dagdag ni Aling Baby.

"Dapat si Kapitan Sino na presidente!"

"Sino na Mayor natin ngayon?"

"Hindi ba't ang bise ang papalit sa kanya?"

"Sino ba ang bise natin?"

"Ano yun?"

"Ay ewan ko sa kanila," sabi ni Anghela habang kinukulayan ng puti ang mga itim na kuko ni Aling Chummy. "Problema nila 'yon, mahiya sila! Ginagawa ko trabaho ko, trabaho ng munisipyo pumili ng papalit kay Mayor Suico."

"Sana naman mabait ang pumalit sa pwesto; kung hindi, sino pa kakapitan ng mga taga-Pelaez?"

"Ituloy na natin yung mga balak nating project!"

Biglang napatingin ang mga tao sa residenteng may ibang idea. "Project pa iniisip mo naghihirap na nga bayan natin!"

Bumuntot ang mga 'oo nga' at 'tama yun' ng ibang kapitbahay.

"Nag-uusap-usap na nga tayo para may magawa eh, uunahin mo pa yung project!"

Beep! Beeep-beep!

Sandaling natigil ang usapan nang bumusina ang isang pulang Mitsubishi Starion. Nahirapan itong magmaniobra dahil sa mga tao sa kalye. Sinubukan ng driver pasampahin sa gutter ang gulong pero hindi nito itinuloy dahil matatamaan ang mga paso ng halaman ni Aling Precious, at kulang din ang espasyo dahil may maliit at bagong sulpot na sari-sari store na umokupa ng sidewalk.

"Napakabastos naman na driver niyan porke't maganda ang kotse, bumubusina pa masikip na nga ang daan!" Dismayado ang kumpol dahil sa pagkakaistorbo sa kanila. Tanging si Aling Chummy ang mapagkumbabang ngumiti sa driver at nakisuyo sa mga tao para umalis sa gitna ng kalye. Ilang minuto rin ang lumipas bago tuluyang nakalusot ang sasakyan sa barang gawa ng mga tao. Pero di pa man nawawala ang kotse sa paningin ay isa namang kakarag-karag na police mobile ang mabilis na dumating.

"Ano ba 'tong mga sasakyan na 'to, daanan nang daanan sa kalye!" reklamo ng isang residente. Walang nagawa ang kunsumidong mga tambay kundi aninagin kung saan papunta ang mga pulis at usisain kung ano ang nangyayari.

Naunahan ni Kapitan Sino ang mga pulis sa pagtugis sa mga holdaper ng isang jewelry shop. Bago noon, nailigtas niya na rin ang isang sanggol na hinostage ng ama nitong wala na sa matinong pag-iisip dahil sa droga; natulungan ang uugud-ugod nang matandang lalaki sa pagtawid sa Roxas Blvd. pabalik ng bahay; natiklo ang mga miyembro ng Akyat-Bahay Gang na huli sa akto; nasagip ang isang mag-anak na tinatangay ng malakas na tubig-baha; naisalba sa lava ng sumabog na bulkan ang mga magsasakang na-trap sa gitna ng coprahan; nailapag nang maayos ang isang Boeing 747 na nasiraan ng tatlong engine; napasabog ang isang higanteng robot na naghasik ng lagim sa mga namamasyal sa Nayong Pilipino; naihatid nang mabilis ang mga volunteer na tumutulong sa mga Batang Negros; at nailikas ang mga bata at kababaihan na biktima ng giyera sa Afghanistan. Mula sa paggising sa umaga hanggang sa pagtulog sa gabi, araw-araw, walang ginawa si Kapitan Sino kundi magsilbi bilang bayani sa abot ng kakayanan. Hindi na niya nakikita si Bok-bok, o nakakausap ang mga magulang. Hindi na niya nalalaro si ET, o ang basketball. Hindi na niya nahahawakan ang mga sirang gamit na paborito niya noong binubutingting, at hindi na siya naglilinis ng shop. Hindi na niya sinasabayan ang mga kanta sa radyo dahil hindi na rin siya nagbubukas nito. Wala nang panonood ng pelikula. Wala na ring pagsusulat ng tula. Tumigil na siya sa pag-iisip bago matulog. Hindi na siya nangangarap. Wala na siyang mithiin.

"Bumangon ka diyan. May sakit ka ba?" isang garalgal na boses mula sa bukas na pintuan ng kuwarto ang gumising kay Rogelio ng alas-otso ng gabi. Hindi siya naghapunan noong araw na 'yon, wala ring tanghalian o almusal; tulad ng mga hiwa-hiwalay na araw na nagdaan. Binuhat niya ang sarili para umupo sa higaan at harapin ang bisita, pero hindi siya nag-abalang magbukas ng ilaw.

"Wala." Noon niya lang sinagot ng gan'on ang ama.

Patuloy na humakbang si Mang Ernesto papasok ng madilim na silid, gamit ang tungkod pangsuporta sa pilay na paa. Nakita ang kanang bahagi ng mukha nito nang tamaan ng sinag ng buwan na parang trosong itinusok sa bintana. May mga guhit at kulubot nang isinulat ang mga taon sa pisngi ng matanda. "Hindi lahat maililigtas mo."

Hindi sumagot si Rogelio.

"May kapangyarihan ka, pero hindi mo hawak ang buhay ng tao."

"Bakit mo alam?"

"Anak kita," nakapako ang tingin ni Mang Ernesto sa sahig. "Pero hindi ako nagkaroon ng tapang na tahakin ang daan na pinili mo. Kinatakutan ko ang responsabilidad na pasan ng kapangyarihan. Hindi ko kayang ipangako na hindi ko magagamit ang kakayanan para sa pansariling kapakanan." Nagbuntong hininga ang matanda. "Kaya ko, pero tulad ng kapatid ko, hindi ko kaya habang buhay."

"Kapatid?"

"Sa kagustuhang maiwasan ang tadhana at magsimula ng panibagong buhay, apelyido ng ikalawang asawa ng lolo mo ang ibinigay nila sa alkalde. Pinili ni Solomon maging bayani ng sariling anak. Pinili kong maging ako." Sandaling napailing si Mang Ernesto nang tingnan ang pilay na paa. "Hindi ko alam na may kabayaran."

Walang katsang bumabalot ngayon sa kanan nitong binti, kita ang paang kasinglaki ng sa apat na tao, puno ng mga maliliit na bukol at nagtutubig na sugat.

"Bakit ngayon mo lang sa 'kin sinabi?"

"Walang pangangailangan noon," tumalikod ang ama at sandaling nanahimik. "Hindi mo kasalanan ang nangyari kay Tessa."

Hindi nagsalita si Rogelio.

"Hindi mo dapat parusahan ang sarili mo."

"Hindi ko pinaparusahan ang sarili ko!"

"Ginawa mo ang kaya mo," nilingon ni Mang Ernesto ang anak. Nakita niya 'tong nagpapahid ng tubigang mata.

"Walang bulak," nanginginig na binigkas ni Rogelio sa unang pagkakataon ang galit na nagsusumigaw sa puso mula pa sa ospital, sa boses na pilit nagtitimpi pero hindi nakakapagtago ng luha. "Walang gamot, walang doktor—"

"Walang pagamutan! Walang sakit na gumagaling sa Pelaez!" malakas ang boses ni Mang Ernesto. "Bayani ka, hindi Diyos."

"Hindi ako naging bayani sa taong minahal ko!"

"Ano ba ang inaakala mong bayani? Yung mga nasa komiks na sumasabak sa panganib na hindi totoo? Nagliligtas sa mga taong walang buhay? Gumagawa ng mga bagay na di naman nangyari? Hindi namamatay at hindi nawawalan?" Napayuko si Mang Ernesto at huminga nang malalim bago itinuloy ang sasabihin. "Itigil mo ang ginagawa mo kung hindi ka masaya. Hindi ka yayaman diyan. Ni hindi mo yan makukuhanan ng pambayad ng kuryente. Hindi ka magkakaroon ng pagkakataon umibig at ibigin. Magliligtas ka ng mga di mo kaano-ano, at makakasakit ka ng mga kadugo. Sabay mong lalabanan ang sariling kahinaan at iiwasan ang paglamon sa 'yo ng sobrang kapangyarihan. Magmaskara ka man o hindi, huhusgahan ka ng mga tao. Hindi ka pasasalamatan ng trabaho mo, magpapaulit-ulit lang ito hanggang maubos ka."

Winawalis ng mata ng matanda ang bawat sulok ng kwarto habang iniikot ito ng paisa-isang hakbang ng paa, pero wala dito ang isip niya. "Walang bayaning makapagliligtas sa Pelaez dahil ang pinakamalaking kalaban ng Pelaez ay ang sarili nito."

"Hindi ko na matatalikuran ang mga tao."

"Kalunos-lunos ang bayang nangangailangan ng tulad mo. Walang pag-asa ang mga taong naghahanap ng mga kakaibang nilalang na magliligtas sa kanila."

"Kulang ang kakayanan nila."

"Hindi ka bayani dahil sa mga kaya mong gawin. Bayani ka dahil sa mga ginawa mo."

Tumalikod si Mang Ernesto sa maliwanag na bintana; humiga sa sahig ang mahaba nitong anino. "Hindi kulang ang kapangyarihan ng tao. Labis lang ang ilusyon. At ang lahat ay pagdadahilan lang para sa mga pansarili nilang kakulangan. Ang mismong pangalang ibinigay nila sa 'yo ay desperadong iyak sa kung sino ang makakatulong sa kanila!"

"Kaaway ka rin ba ng mga tao?" tumayo si Rogelio at hinarap ang ama, sarado ang kamao at nagngingitngit ang mga ngipin.

"Kakampi mo ba sila?"

"Ayaw mo ba ang ginagawa ko?"

"Gusto mo ba?" mabilis ang paghinga at labas ang mga ugat sa leeg at mukha ng matanda. "Tungkulin mong tumulong sa kapwa dahil may kakayanan ka at gusto mong tumulong. Pero huwag mong kakalimutan na hindi mo mababago ang mundo at hindi mo maililigtas lahat ng tao. Hindi ikaw ang unang nagtangka…hindi ikaw ang magiging huli…hindi ka solusyon. Pero hindi dahilan 'yon para mawalan ka ng pag-asa at tumigil sa pagbibigay nito." Unti-unting huminahon ang matanda. Pinulot niya ang maruming helmet na sa tabi na lang ng basurahan nailapag ni Rogelio at pinahid ng palad ang dumi. "Gawin mo ang tingin mong nararapat bilang tagapagligtas, pero huwag mong pababayaan ang sarili mo bilang anak ko." Iniabot nito ang hawak sa anak na nakayuko na ulit at nakaupo sa kama. "Maging bayani ka ng sarili mong buhay."

Hindi nakaimik si Rogelio nang tanggapin ang helmet. Tumalikod na si Mang Ernesto para lumabas ng kwarto matapos ipatong ang kamay sa balikat ng anak.

"Kung hindi ako ang ipinangalan nila sa akin," pahabol ng binata sa ama habang inaaninag ang sariling imahe na nasasalamin sa helmet. "Sino ako?"

Nakita ni Mang Ernesto si Aling Hasmin na luhaan at kanina pa nag-aabang sa pintuan. Nilingon niya ang anak, "Tutulong ka lang sa kapwa, hindi mo kailangan ng pangalan," saka nagpatuloy lumabas ng kwarto para abutin ang naghihintay na kamay ng kabiyak.

Matapos tumigil ang mahinang ambon, unti-unting nagbalikan sa plaza ang mga tao para sa pagpapatuloy ng programang magbibigay parangal sa kabayanihan ni Kapitan Sino. Balot sa palarang papel ang entablado kung saan nakatusok ng aspile ang mga letrang KAPITAN SINO ANG ATING BAYANI. Katatapos lang magsayaw ng anim na bata ng "La Bamba," hindi sabay-sabay, pero tuwang-tuwa ang mga magulang na nag-ubos ng 36 shots na rolyo ng Kodak. Nauna doon ay sumayaw din ang ilang kababaihan ng Ifugao dance sa saliw ng "High Energy." Masaya ang mga tao at masipag na nagpapalakpakan tuwing sumisigaw ang isang barangay tanod ng "Wala ba kayong mga kamay?" Nagkakaroon lang ng kaunting gulo pag umaangal ang ilang manonood sa likuran na natatakpan ang view ng mga batang nakasakay sa balikat ng kani-kanilang tatay.

"Kamusta po kayong lahaaat!" umaalingawngaw ang bati ni Caselyn Francisco sa mikropono. "Naku ha, ang gugwapo at ang gaganda pala ng mga taga-Pelaez!"

Halos masiraan naman ng bait ang mga tao sa pagkaway. Ang corrupt at di kasundong tao ni Mayor Suico na si Vice Mayor Virgilio Samonte ang may pakana ng lahat. Gamit ang pondong para sana sa mga lokal na ospital, inimbitahan ng maliit, mataba, at maputing pangalawang alkalde ang ilang celebrity para sa magarbong palabas.

"Excited na 'ko ngayong gabi dahil sa wakas ay makikilala at bibigyan na natin ng parangal ang bayani ng Pelaez at ng buong bansa! Walang iba kundi si Kapitan Sino!" sanay at buhay na buhay sa entablado ang isa pang artista na si Fredmoore Delos Santos. Tinanong niya ang mga tao, "Excited na ba kayo?" Bukod sa ilang matatandang manonood na naghihintay lang ng mga lumang artistang makikita, halos lahat ng tao ay parang adik sa saya na sumagot ng oo.

"Okay! Pero bago yan, tatawagan muna natin ngayon dito sa stage ang mga batang magpapalakihan ng mapapalobong Bazooka Bubble Gum!"

Nagkaroon ng iba pang palaro at kasiyahan kung saan marami ang nag-uwi ng gift pack ng Silver Swan. May mga nag-showdown din sa breakdance, gumaya kila Madonna at Cindy Lauper, at kumanta ng "Touch by Touch" ng Modern Talking kung saan may dalawang manonood na kinumbulsyon. Kasunod noon ay ipinakilala kaagad si Ronnie Rickets na nag-promote ng pelikulang *Kapitan Sino* at namigay ng libreng passes. Dumating din ang maliliit at malalaking politiko ng Pelaez, kasabay nina Hetty, Mico Milkshake, Susi and Geno, at mga mascot ng Chiclet. Kasama na ang Bingo Bonanza, tumagal din ng tatlong oras ang engrandeng pagtatanghal bago umuwi ang mga artista at unti-unting kumonti ang mga tao. Noon pa lang sinimulan ang mismong parangal kay Kapitan Sino sa pangunguna ng vice mayor.

"Para pagkalooban natin ngayon ng 30,000 pesos bilang pagtanaw ng utang na loob sa pagliligtas niya sa libu-libo nating kababayan," bungad ng bise, hawak ang sobre kung saan nakalagay dati ang P50,000 na totoong halaga ng binunong donasyon ng ilang organisasyon, "ipinakikilala ko sa inyo ngayon...si KAPITAN SINO!"

Tumugtog ang banda. Hindi pa man nagtatama ang kamay ng mga tao para pumalakpak ay nasa entablado na kagad ang tagapagligtas at kabadong nakikipagkamay sa mga politiko. Ilang minuto rin siyang tumayo sa harap ng mic stand bago nakapagsalita. Pero hindi siya narinig ng mga tao dahil hindi naka-on ang mikropono. Nang pindutin niya naman ito ay sumirit ang napakatining na sipol, dahilan para magtakip ng tainga ang madla habang napapaluhod sa lupa. May mga batang umiyak at ilang aso rin ang nakakawala sa kadena at tumakbo sa malayong lugar. Nang maayos ng technician ang problema ay may ugong na ang pandinig ng mga tao.

"Mahirap man po ang trabaho ko ay ginagawa ko 'to alang-alang sa inyong lahat," inulit ni Kapitan Sino ang sinabi niya kanina sa patay na mikropono. "Salamat po."

Nagkatinginan muna ang mga tao bago may pumalakpak. Isang tao, naging dalawa, tatlo... saka pa lang bumalik ang ulirat ng lahat at sabay-

sabay na nagpalakpakan. Pero kukunin pa lang ni Kapitan Sino ang sobre sa kamay ng bise-alkalde ay isang boses naman sa madla ang umagaw ng eksena.

"Impostor!" sigaw ni Kapitan Sino na umaahon mula sa tumpok ng mga tao. "Nagpapanggap ang taong yan!"

Napa-*oooh* ang mga manonood. Umakyat ang tagapagligtas sa stage at tinanggalan ng helmet ang manggagaya. Napa-*aaah* ang mga manonood. Hinuli agad ng mga tanod ang impostor.

"Buti dumating ka!" sigaw ng babaeng konsehal.

"Hindi ko hahayaang mabiktima ng panloloko ang mga taga-Pelaez," sagot ni Kapitan Sino, na sa loob ng suot na helmet ay walang iba kundi ang asawa ng konsehal. Ilang Kapitan Sino pa ang sunud-sunod na lumutang at nagpakilala.

"Ako talaga ang Kapitan Sino!"

"Hindi, ako!"

"Magsetegel kayo! Ako ang tagapaglegtas."

"Akoh…si…Kap…tan!"

"Tatang, halatang-halata kayo. Sana nagpabata man lang kayo ng boses. Ako ang totoong Kapitan Sino!"

Nagsulputan isa-isa mula sa kung saan-saan ang mga Kapitan Sino, gamit ang kung ano-anong damit at lumang helmet na pang-motorsiklo. May ilan pang nagpakita na costume naman ni Superman ang ginaya at nagsabing sila rin ay si Kapitan Sino. Nagkagulo ang lahat dahil sa halagang P30,000 na ipagkakaloob sa taong wala namang nakakakilala. Kumilos na ang mga barangay tanod at nagdatingan ang mga hagad na lalo pang nakapagpalala sa sitwasyon. Wala kaagad nakapansin sa gitna ng gulo na isang desperadong Kapitan Sino ang may hawak na granada.

"Hindi niyo ba ibibigay sa akin ang pera?" nakaunat ang kamay ng kapatid ni Mang Jose, ipinanduduro sa mga tao ang hawak na bomba. "Biktima kami ni Mayor, pero hindi kami nilapitan ng Munisipyo kahit minsan!"

Umiiyak ang dating heneral, nakainom at wala sa katinuan. "Kung nailigtas kayo ni Kapitan Sino, kami hindi! Kami ang nawalan, kami ang dapat bayaran!"

Marami pa ring tao sa paligid ng nag-aamok na mama. Mga babae, bata, matanda. Walang magawa ang mga pulis bukod sa harangan ang madla. Sa isang iglap, ihinagis ng dating militar ang granda sa entablado na puno pa rin ng mga tao. Pero natabig 'to sa kamay niya at nalaglag lang nang ilang dipa. Ang umawat at tumabig sa granada, si Bok-bok. Nagsigawan ang lahat. Tumakbo ang mga nasa paligid ng pampasabog. May mga napigtal na tsinelas, nagtumbahang bangko, nadapang matatanda, at naipit na mga bata sa stampede.

BOOOM!!!

Sumabog ang granda. Nakakabinging dagundong. Apoy. Usok. Iyakan. Nang humupa ang lahat, nagkapaan ng sarili ang mga tao. Sinisiguradong buhay sila at kumpleto ang mga parte ng katawan. Ang kapatid ni Mang Jose, si Bok-bok, at ang lahat ng taumbayan—kumpleto. Walang nasaktan. Bukod sa lalaking natanggalan ng sunog na helmet at nakasuot ng nagkapunit-punit na costume ni Kapitan Sino—may mga galos sa katawan at paso sa mukha, nakadapa sa pinagsabugan ng granada. Isa-isang lumapit ang mga tao para umusyoso.

"R-Rogelio?" si Aling Precious ang unang nakakilala.

"Halika na!" nag-aalalang sumaklolo si Bok-bok para alalayan ang kaibigan at ilayo sa mga tao.

"Iniligtas niya tayo sa pagsabog!" Dumami na naman ang mga tao.

"Si Rogelio si Kapitan Sino!"

"Ang totoong Kapitan Sino!"

Dinumog na ng taumbayan ang tagapagligtas na iniakbay ni Bok-bok sa batok, di na niya alam ang gagawin. Sa gitna ng mga tao, isang maputing ale ang lumapit at yumuko sa harap ni Rogelio. Ang malumanay, mabait, at nirerespeto ng lahat na si Aling Chummy, biglang sinampal ang bayani.

"Pinatay mo ang asawa ko!" napatakip ng bibig ang kagalang-galang na residente ng Pelaez habang humahagulgol. "Pinatay mo siya!"

Napanganga ang mga tao. Mabilis na umawat si Bok-bok, "Aling Chummy, matagal nang patay si Mang Herkules. Lung cancer, di ba? Namatay sa paninigarilyo ang asawa niyo!"

"Bakit hindi niya pinigilan?" malakas na sigaw at matinding pagsisikip ng dibdib ang sagot ni Aling Chummy. "Wala siyang ginawa para awatin sa paninigarilyo ang asawa ko!"

Magulo ang buhok, madungis sa luha, at nakahandusay na sa lupa ang palakaibigan na ginang. "Pinatay niya ang asawa ko!" Bigla itong tumayo na parang naghahanap ng away, "Ano pang hinihintay niyo? Hulihin niyo ang kriminal!"

Tumango-tango at nagtinginan ang mga usyusero. Mabilis na kumilos ang mga pulis para posasan si Rogelio at isakay sa kadarating lang na mobil.

"Sir, yung mataba?" tanong ng parak sa kasama.

"Isama mo na. Kasabwat yan."

"Eh sir, yung nagpasabog ng granada?"

"May posas ka pa ba diyan?"

"Wala na, sir."

"Bayaan mo na. Lasing lang yun."

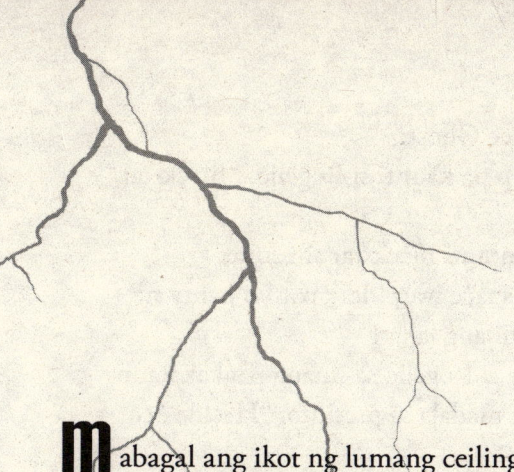

Mabagal ang ikot ng lumang ceiling fan na parang babagsak na sa uluhan ng pulis na nakaharap sa makinilya. Nasa kanan niya ang pinto at bintana ng maliit na presinto, sa harap ang isang bulletin board at mahabang bangko, sa likod ang inaanay na filing cabinet kung saan nakapatong ang thermos at isang transistor, at sa kaliwa ang ihian na walang ilaw, katabi ng kulungan na may lamang dalawang tao, parehong nasa magkabilang dulo, nakasalampak sa sahig, nagkukwentuhan.

"Rizal," sagot ni Rogelio sa ibinigay ni Bokbok na pagpipiliang bayani.

"Rizal pa rin ha. Sige, Rizal versus Star Rangers?"

"Jak-Q."

"Laban kay Max Headroom?"

"Walang panlaban si Max Headroom."

"Si Space Ghost?"

Nag-isip pa kaunti si Rogelio. "Blackstar."

"Klone."

"Kakampi ni Blackstar si Klone."

"Time space warp! Itatapat ko panty ni Annie sa kanilang lahat!"

Natawa si Rogelio sa unang pagkakataon simula nang madala sa presinto. "Heckle & Jeckle."

"Sige ba, versus Fraggle Rock?"

"Versus Frogger."

"Walang panama 'yon kay Donkey Kong!"

"Pacman. Isang ngasaban lang si Donkey Kong."

"Space Invaders. Tadtad si Pacman."

"Great Space Coaster."

"Marlo and the Magic Movie Machine."

"Ating Alamin."

"Tele-aralan ng Kakayanan."

"Fr. Tropa and the Spaceship 2000!"

Malakas na tawanan. Tiningnan sila ng bantay na pulis.

"O, pera mo," dinukot ni Bok-bok sa bulsa ang manipis na bungkos ng mga dalawa at limang pisong buo.

"Hindi na. Parehas lang ang laban. Sa 'yo na yan."

"Hindi, tanggapin mo to."

"Hindi naman ako nanalo e."

"Ibinibigay na nga sa 'yo e, o!"

"Huwag kang makulit, sa 'yo yan!"

"Sige, salamat. Hindi naman 'to bayad sa pusta e. Nalaglag mo lang 'to nung wala kang malay kagabi. Sa lahat kasi ng superhero, ikaw lang ang may baong pera sa bulsa. Hindi naman abot pampiyansa! Wala nang bawian ha… hehehe!"

Halos magkasabay ang pang-asar na tawa ni Bok-bok at ang pagkakabato ni Rogelio ng sapatos sa kanya.

"Ano ba, hindi ba kayo tatahimik?" biglang tumayo ang pulis na nasa mesa at nilapitan ang dalawa. Maliit, payat, may napakataas na gupit at mababang pantalon na parang malalaglag na dahil walang makapitang puwet, inihampas ng mukhang Grade 6 na parak ang batuta sa rehas na bakal bilang banta sa magkaibigan. "Huwag niyong punuin ang salop!"

"Ano problema ni Piling?" pabulong na humirit si Bok-bok pagkaalis ng pulis na ikinukumpara niya sa multong kasama sa pelikula ni Chiquito.

"Ayoko na," itinapal ni Rogelio sa sahig ang hawak na Super Trump cards na pinag-umpisahan ng laro nila ng tapatan. Kakapanalo lang nito ni Bok-bok sa naglalakong palabunutan noong gabi ng parangal.

"Ano nga ba pumasok sa isip mo at nagtangka kang agawin yung granada kagabi?"

Umiikot ang mata at parang nagdadalawang-isip si Bok-bok sumagot, "Yung totoo?"

"Yung totoo."

"May kaaway ako sa likuran ko. Nagmura kagad dahil di makapanood, natakpan ko raw siya nung lumabas si Mia Prats. Eh di sinadya ko lalo! Ayun, itinulak ako. Hindi ko naman alam na may granada pala yung mama sa harap ko."

"Sabi ko na eh. May toyo ka talaga!" nakangiting iiling-iling si Rogelio habang pumapalatak. "Ihagis mo nga sa akin yang sapatos ko."

"Kawawa naman ang lugar natin no?" ibinato ni Bok-bok ang sapatos pabalik sa kaibigan habang nakatingin sa payat na alagad ng batas na ngayon ay nakatambay sa pintuan ng presinto at may kausap. "Wala man lang baril ang mga pulis."

"Si Hepe yata."

"Isang beses ko lang din narinig pumutok baril noon. Naalala mo yung fiesta na siya ang nag-umpisa ng sack race? Isa lang yata bala niya, doon pinaputok para umpisahan ang karera, tapos wala na." Tumingin si Bok-bok sa kaibigan, "Tingin mo may pag-asa pa mga tao dito?"

Sandaling napaisip si Rogelio. "Naghahanap ang mga tao ng iba na magliligtas sa kanila. Dahil hindi sila yung 'iba' na 'yon, wala silang ginagawa. Walang nagbabago. Walang may gustong magbago. Naghihintay lang ang lahat sa 'iba,' yung hindi nila katulad."

Tumatango-tango si Bok-bok habang pinipilit intindihin ang sinabi ng kaibigan. "Paano ba magbago?"

"Kung ititigil mo pagtapon ng balat ng candy sa kalsada, halimbawa, para hindi nagbabara yung kanal at hindi ako ang napagdidiskitahan ni Aling Precious, pagbabago na 'yon. Kung makakagawa ka ng iba pang pagbabago, kahit maliliit, isa sa bawat buwan ng taon—"

"Ano?"

"Hindi ka na si Bok-bok! Hehehe."

Nakatingin lang sa kanya ang kaibigan. "May araw ka rin, Super Strength!"

Sandaling natahimik ang dalawa. Nangibabaw ang boses ng beteranong komentarista sa nakabukas na transistor:

"Kung yung Vietnam nga nag-cancel na ng flights sa mga bansang apektado nitong AVH Fever na to, ano pa ang ginagawa ng gobyerno natin? Tutulad ba tayo sa Singapore na naghintay muna ng outbreak bago nagsara ng mga port of entry? Buti sana kung yung mga rebelde lang at mga balimbling na crony ni Marcos ang dadapuan ng sakit, lalagnatin, puputukan ng mga ugat, at bigla na lang mamamatay sa ospital, e kaso wala daw pinipili ang agresibong virus na to, mga kababayan! Naku po, Diyos ko po, huwag naman po sana."

Lumabas ng presinto ang pulis na nakatambay sa pintuan at ang kasama nito para lapitan ang maliit na grupo ng mga tao na nagkakagulo sa kalsada. Kaunting pag-uusap. Ilang sandali pa, naghiwa-hiwalay na ang mga tao, nagmamadali, halos patakbo; habang nagkakandarapa namang bumalik ang pulis sa loob ng presinto para maghanap ng balita sa nilakasang radyo.

May sarsa pa ng sardinas sa pisngi si Jonymay dahil sa pagmamadaling umubos ng hapunan nang humarap ito sa 14-inch Sony Trinitron. Si Jonymay, kasama ang mga kapatid at ang mga asawa nila na kumakandong sa kanya-kanyang mga anak—siksikang nanonood ng *Pinoy Thriller* sa channel 13, sa pangunguna ni Aling Precious na laging panalo sa pitikan dahil una itong nakakahula ng produkto sa mga patalastas. Masaya ang mag-anak sa ganitong ritwal sa harap ng telebisyon tuwing gabi; ang iba nasa upuan, ang iba nakasalampak sa pulang sahig na pinakintab ng bunot at Johnson's Floor Wax. Paminsan-minsang nagsisigawan ang magkakapatid pag nagugulat sa mga nakakatakot na eksena ng palabas, dahilan para magtakip ng mata si Mhelamyn at umiyak si Lucibelle, na kadalasang nauuwi sa pagsuka ng kinaing hapunan. Nasa kalagitnaan sila ng pagpupunas ng sinukahang sahig noong gabing 'yon nang maputol ang programang pinanonood at lumabas ang emergency broadcast ng Malacañang. Mabilisang inilipat ni JB ang channel para sumilip sa *LA Law* at tingnan ang oras sa RPN; sabay-sabay namang umangal ang ibang mga kapatid. Pero sa lahat ng istasyon, mukha lang ng Presidente ang makikita, nagdedeklara ng masamang balita: Isinasara na ng Pilipinas ang paliparan nito sa mga bansang apektado ng nakakahawang sakit, at hinihilingan na lamang ang lahat ng mamamayan na magdasal para sa mga kamag-anak nila na nasa ibang bayan. Wala pang limang minuto ang itinagal ng anunsyo, pero hindi na nagbalik ang mga palabas sa TV. Nag-sign off na ang ilang istasyon habang ang iba naman ay nauwi sa biglaang news coverage. Wala na ang *Pinoy Thriller*, pero mas natakot ang pamilya ni Aling Precious.

Kapansin-pansin ang kaguluhan sa Pelaez kinabukasan. Marami ang namili ng mga bigas at de-lata sa palengke, at mahaba ang pila sa igiban ng tubig. Ang sumasabog dati sa lakas na karaoke ni Mang Boy, nakatuon na sa nagsusumigaw na balita sa DZRH. Bukas ang simbahan at may mga taong nakaluhod at taimtim na nagdarasal kahit hindi Linggo. Sa sermon ng pari, nabanggit ang katapusan ng mundo. Abala ang mga tao sa pakikibalita sa isa't isa, pero mabilis ang takbo ng buhay sa kalye. Walang tumatambay o tumitigil para lang sa pahinga at kwentuhan. Balot ng takot ang Pelaez, tulad din ng iba pang parte ng mundo. At tulad ng iba pang parte ng mundo, dumating din sa Pelaez ang kinakatakutang balita ng lahat. Noong gabing 'yon, isang 42-anyos na lalaki sa Palawan ang napabalitang namatay sa ospital dahil sa hypovolemic shock—sumuko ang puso sa kakulangan ng dugo dahil sa internal bleeding. Hindi gaanong nilagnat ang lalaki bago namatay, pero positibo sa kinatatakutang virus.

Nagkalat sa bangketa ang mga itinitindang maliit na telang maskara panakip sa ilong at bibig nang mga sumunod na araw. May mga eskwelahang nagkansela ng klase, kumpanyang hindi muna nagpapasok ng mga empleyado, at mga tindahang hindi na nagbukas. Wala nang gustong kumain sa labas sa takot na makuha ang virus, wala na ring mga namamasyal o nanonood ng sine. Binawasan na ang oras ng mga ahensya ng gobyerno at operasyon ng LRT. Unti-unti nang bumagsak ang ekonomiya. Parang Semana Santa ang radyo at telebisyon na puno ng mga relehiyosong programa na nananawagan sa pagsisisi ng tao. Walang ibang usapan ang mga mamamayan kundi ang pag-aalala at takot sa misteryosong salot. Sa loob ng ilang araw, binalot ng pangamba ang buong mundo. Hanggang sa umabot na sa probinsya ang pagkakasakit ng mga tao.

Kulang isang linggo, matapos pumanaw ang higit isandaang buhay, dumating din sa coordinating center ng Pelaez ang ilang tauhan ng CDC ng Atlanta. Kasama ang mga Pilipinong doktor, tinuruan ng mga banyagang propesyunal ang ilang volunteer health worker sa proseso ng pagharap sa kalamidad. Araw-araw, beinte-kwatro oras na tinatrabaho ng mga eksperto ang pagsugpo sa nakakahawang sakit. Nakikipag-unahan sa bilang ng buhay na kinukuha nito sa bawat sulok ng mundo, at sa buong panig ng bansa. Laoag, Cabanatuan, Masbate, Butuan, Zamboanga. Unti-unti, ginapang na ng salot ang buong arkipelago. Parang gugunawin na ng Diyos ang mundo. Hanggang sa isang araw, dumating din ang magandang balita. Sa wakas, natuklasan din ang solusyon na susugpo sa nakakakilabot na problema ng sangkatauhan.

Huwebes ng gabi, nanawagan ang munisipyo. Pinalabas ng bahay ang mga tao at maayos na pinapila sa harap ng simbahan kung saan nakatayo ang mga tent ng mga health professional. Dumagsa ang mga mamamayan ng Pelaez, mahabang pila ng mga babae at kalalakihan, bata at matanda. Lahat, balot ng takot. Umabot ang panawagan hanggang sa presinto kung saan kinuhaan din ng dugo ang mga bilanggo.

"Kala ko ba bibigyan niyo na kami ng bakuna, miss?" angal ni Bok-bok matapos makuhaan ng dugo.

"Wala pa hong bakuna, sir, kaya nga nagba-blood letting para makuha yung blood type na magma-match sa dine-develop na gamot at vaccine."

Mainit na ang ulo ni Bok-bok dahil sa pangamba, tulad rin ng karamihan ng mamamayan na nakapila nang apatan mula sa harap ng plaza at Sto. Domingo, hanggang sa presinto at istasyon ng bumbero.

"Bilisan niyo naman ang trabaho, nagkakamamatay na ang mga tao!" isa pang ale ang nagbuhos ng kunsume.

"Ginagawa ho namin ang trabaho namin, huwag naman kayong manisi!" pangit ang tono ng isang doktora. Pumalag ang ilang mamamayan. Nagkaroon ng kaunting ingay sa pila. Mga takot na tao at pagod na volunteer; puyat, gutom—lahat nangangambang nilalang. Dumagundong ang kulog sa kalangitan. Unti-unti nang lumalaki ang gulo at tulakan sa pila nang sumigaw ang isang nurse sa megaphone.

"Rogelio Manglicmot!"

Kinalabit ni Bok-bok ang kaibigan nang marinig ang tinatawag na pangalan. "Huy, ikaw daw!"

"Tapos na 'ko," lasing na sagot ni Rogelio habang unti-unting bumabalik sa pagkakatulog sa sahig.

Pinakinggan ulit ni Bok-bok ang pangalan. "Ikaw daw! Huy!"

Maya-maya pa dumating na sa presinto ang isang Italyanong doktor at representative ng DOH para kuhaan ulit ng dugo si Rogelio. Tinest ito sa isa pang pagkakataon. May tinawagan ang doktor sa 2-way radio na kinausap niya ng Italian matapos kausapin ang Pilipinong doktor sa barok na English.

"We need him!" sabi ng Italyano na umaaktong palabasin si Rogelio.

"You kant! He bad person not a good!" humirit ng English ang bantay na pulis, pero nabalewala rin ito dahil mismong hepe ang mabilis na nagdesisyon pabor sa doktor at taumbayan. Hinatak kaagad ng mga tanod ang binatang ayaw pa sumama.

"Sandali, sandali, hindi niyo na 'ko kailangan hawakan!" Napatingin si Rogelio sa kaibigan habang nagpupumiglas. "Bok-bok!"

Natigilan si Bok-bok. Alam niyang may nakitang mali si Rogelio. Dahan-dahan niyang itinaas ang kamay para kapain ang kakaibang pakiramdam sa mukha. Sa gilid ng kanang pisngi, sa ibaba ng tenga, ipinahid niya ang kamay sa butil-butil na pawis. Saka niya tiningnan ang mga daliri. Noon niya lang nalaman, tumutulo na ang kanyang dugo.

"Bok-bok!" muling tinawag ni Rogelio ang kaibigan habang nagpupumiglas sa mga tanod. "Manong, may sakit na ang kaibigan ko! Manong, sandali lang! Manong!"

"Kaya dapat tayo lalong magmadali," malamig na sagot sa kanya ng isang lalaki pagdating sa tent na katabi ng ambulansya. Mabilis siyang pinaikutan ng mga doktor na nagpaliwanag sa kanya ng importansya ng pagbibigay niya ng dugo. Hindi niya mahabol ang mabilis at sabay-sabay na pagsasalita ng mga taong nakaputi. Amerikano, Pilipino, Italyano, at mga nakakurbatang mukhang Hapon. Wala siyang naintindihan sa mga narinig kundi "cooperation," "immediately," "consent," "important," at "to save the people." Kinukuhaan na siya ng blood pressure bago pa man niya mabasa ang papel sa clipboard na iniabot sa kanya. Napirmahan niya ito kagad kahit hindi pa lubos na naiintindihan. Nagpalakpakan ang mga nurse. Napangiti at nagyakapan ang mga banyaga. May mga taong napatalon, may nag-krus habang ipinipikit ang mata, at may mga napaiyak sa pasasalamat. Nasira na ang pila ng mga tao dahil sa pag-uusyoso sa ginagawa sa kanya.

"Sir, yung mga magulang ko," lumingon siya sa isang Pilipino habang nakahiga at kinukuhaan ng dugo. Hindi man nakakaintindi at nagsasalita ng Tagalog, isang puting doktor ang sumagot para lang makampante siya at manahimik.

"Yes, yes."

Lalong nagsiksikan ang mga tao nang malamang dugo ni Rogelio ang makakapagligtas sa kanila. Isang matanda pa ang sumigaw habang natatabunan ng mga tao: "Yan, Rogelio, magligtas ka! Bumawi ka naman!"

Nagsunud-sunod ang pagkulog at lumakas ang hangin sa kalsada. Pinaatras na ng mga tanod ang mga usyusero, pero hindi nila napaghandaan ang mas matinding gulo nang sumigaw ang isang babae: "Si Elmer, nagdudugo ang mata!" Biglang nagtakbuhan palayo ang mga tao na kanina ay nagsisiksikan. May mga nadapa at nagalusan. Lahat nandidiri sa kapwa, takot na takot habang nagpapahid ng balat at dumudura, nag-aakalang matatanggal sa ganito ang sakit kung nakapitan man na sila. Kumilos na ang mga pulis para kontrolin ang sitwasyon at proteksyunan ang isinasagawang proseso ng mga doktor. Dahil hindi na kailangan ang taumbayan, ini-relocate nila ang mga manggagamot sa loob ng simbahan kasama ni Rogelio. Di nila alam na mismong mga doktor ay nagtatalo-talo na rin sa isyu ng dami ng dugong kakailanganin at makukuha nila sa binata.

Makalipas ang higit kalahating oras, lumabas na ng simbahan si Rogelio. Hilung-hilo, malabo ang paningin, halos hindi na makatayo sa panghihina. Lagpas sa dami na maibibigay ng tao sa isang pagkakataon ang dugo na kinuha sa kanya. Bagay na tinutulan ng ilang doktor pero itinuloy pa rin alang-alang sa kapakanan ng mas nakararami. Isang nurse ang tumawag sa kanya para pabalikin sa higaan pero hindi niya ito pinansin. Patuloy siyang naglakad papunta sa mga magulang ngayong alam niya nang nasa Pelaez na ang sakit. Pero wala siyang matanaw sa paligid kundi malabong imahe ng mga taong binarikadahan ng mga pulis, pilit na nag-aabot ng kamay sa kanya para gumaling. Tuluyan nang bumuhos ang ulan, pero hindi natinag ang binata sa paghahanap sa mga magulang, o ang mga tao sa paghahanap ng kaligtasan.

"Itay!" isinigaw niya sa mga taong hindi niya namumukhaan. Ramdam na niya sa sarili ang panghihinang nakita niya noon sa mga huling hininga ni Michael. Hindi niya alam kung unang nawala sa katawan niya ang lakas, o sa isip. Pero alam niya sa mga sandaling 'yon, tuluyan na siyang iniwan ni Kapitan Sino.

Isang lalaking nakayapak at may kargang batang walang malay ang nakalusot sa kordon ng mga pulis at lumapit sa kanya. Tumatangis at puno ng luha. Halos hindi mabigkas ang pagmamakaawa.

"Na…nakakapagpagaling ba ang dugo mo?" tanong ng nanginginig na lalaki. Umuo si Rogelio, pero wala nang lumabas na tunog sa sagot niya. Lumapit ang lalaki at idinikit sa kanya ang kargang bata kasabay ng paghingi ng tawad. Natulala si Rogelio at hindi nakapagsalita. Bumagal ang galaw ng mundo. Lumalim ang boses ng mga tao. Parang naging halik ng langit ang mga patak ng ulan sa kanyang mukha. Umikot ang paningin niya at nagdilim, saka siya dahan-dahang bumagsak sa lupa. Umatras ang lalaking may kargang bata, duguan ang kamay, wala pa ring patid ang luha. Lumuhod ito sa kutsilyong itinarak sa katawan ni Rogelio. Saka isinawsaw ang kamay sa naglalawang sugat. At ipinahid ang dugo sa walang malay na bata.

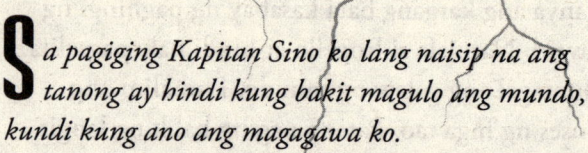

Sa pagiging Kapitan Sino ko lang naisip na ang tanong ay hindi kung bakit magulo ang mundo, kundi kung ano ang magagawa ko.

Masigla na ulit ang Pelaez isang buwan ang lumipas. Walang bakas ng unos na nangyari. Abala ulit ang plaza sa mga taong nagtipun-tipon para sa isang pasasalamat at pagkilala sa kabayanihan hindi lang ni Kapitan Sino, kundi ni Rogelio Manglicmot. Sa harap ng entablado ay may apat na raang rattan chair para sa mga manonood, pero kalahating bilang lang ang okupado. May sanggol na umiiyak at mga batang nagtatakbuhan. Karamihan sa matatandang nanonood ay tulog kung hindi man nagkukwentuhan. Sa paligid ay paikut-ikot ang mga tindero ng bananacue, mais, at iba pang paninda na mailalako sa mga ganoong pagkakataon.

"Kung lahat lang ng tao may kapangyarihan, eh di sana lahat tayo bayani."

"Kung lahat ng tao may konsensya, hindi kailangan ng bayani."

"Paano yung mga nadidisgrasya?"

"Hindi hawak ng tao ang buhay, pero hawak ng tao ang kapangyarihan para hindi pahirapan ang ibang tao."

Natitigilan si Bok-bok habang naririnig sa isip ang mga kwentuhan nila noon ni Rogelio. Kasama siya sa mga naipagbuwis ng buhay ng kaibigan, at ngayon ay saksi sa paggunitang para diumano sa isang bayani.

"Wala namang napapala ang bayani kung lalagyan mo ng bulaklak ang puntod niya. Ang pagrespeto sa bayani, pagrespeto sa mga ipinaglaban niya. Pangalagaan mo ang kalayaan, o ang magandang buhay na pangarap niya para sa lahat."

Tiningnan ni Bok-bok ang paligid: Wala nang may suot ng t-shirt ni Kapitan Sino. Wala na rin sa mga bata ang naglalaro ng tau-tauhan nito. Nabakbak na sa mga poste ang sticker. Natanggal na sa mga pader ang poster. Wala na ang pangalan ng bayani sa mga sitsirya at tex na laruan. Burado na ang mga naiwang bakas ng superhero. Wala na siyang pakinabang sa kapitalismo. Ang alaala niya na lang ay ang mga maitim nang banner na ni-recycle at pinagtagpi-tagpi bilang tolda ng mga illegal vendor sa talipapa.

"Ang trahedya ng buhay ko? Hindi ako nagkaroon ng kapangyarihan na makapagsabi ng tamang bagay sa tamang tao sa tamang panahon."

"Nagtipun-tipon tayo dito ngayon para gunitain ang taong nagligtas sa ating lahat." Bumalik sa entablado ang tingin ni Bok-bok nang umugong ang mga speaker. Nagsasalita sa malakas na mikropono ang may pomada sa buhok, Ray-ban sa mukha, makapal na lei ng sampaguita sa leeg, at nakabarong Tagalog na si Vice Mayor Samonte.

"Hindi maitatangging malaki ang naging kontribusyon ni Rogelio Manlikbot para makilala ang ating lugar. Dahil diyan, sinagot na ng ating lokal na pamahalaan ang pagpapalibing sa kanya at sa kanyang mga magulang na talaga namang kaawa-awa ang sinapit sa kamay ng salot na sakit, mga pobreng matatanda na nabuhay sa gutom at kahirapan, at namatay na lamang sa sulok ng luma nilang bahay nang walang dangal. Kung kaya't ating itinataguyod ang mga proyekto para sa ating mga kababayang nagbibigay inspirasyon sa lahat, tulad ni Rogelio Manlukbot."

Isang lalaki mula sa hanay ng mga tindero sa likuran ang lumipat ng pwesto.

"Kamakailan lang ay pinasinayaan natin ang isang basketball court para sa kabataan. Kabataan na pag-asa ng bayan. Kabataang mag-aahon sa atin sa hirap. Kabataang pag-asa natin. Dumalo din po ang inyong lingkod sa isang convention sa Netherlands kung saan tinalakay ang kabutihang maidudulot ng pagre-recycle ng basura. Basurang sumisira sa ating kapaligiran. Basurang nagpapadumi ng mga kalye. Basurang sanhi ng mga langaw at lamok. Nitong Hunyo lamang ay natapos din ang itinayo nating waiting shed at landscape sa gilid ng Mababang Paaralan ng Pelaez, kung saan mapapansin ding bagong pintura ang rebulto ni Lapu-Lapu. Ginawa po natin yan para sa pagdalaw ni Minister—o, Secretary, Lourdes Quisumbing ng Department of Education, Culture, and Sports. Ang lahat po ng ito ay pinagtulung-tulungan ng ating mga minamahal na konsehal at barangay captain." Iniunat ng alkalde ang kamay para ituro sa madla ang mga taong papalakpakan.

"Kapwa ko sila mga bayani na nagkapit-bisig sa EDSA noong People Power para patalsikin si Marcos. Nagutom po kami doon at totoo namang nainitan. Pero di namin inalintana ang sakripisyo dahil gusto naming magsilbi sa bayan. Kung lahat tayo ay gumagawa rin sana ng ganoon, ay tunay ngang aasenso ang ating bansa.

"Sa pagtutulungan, napalayas natin ang problema ng ating bayan. Nalagpasan natin ang unos. Nakaahon tayo sa hirap. At dahil sa bawat isa sa atin, hinding-hindi na mauulit ang pagdurusa ng lupang ating sinilangan."

Nagtanguan at pumalakpak ang mga manonood na binayaran. Patuloy na lumapit sa entablado ang taong kanina ay nasa tabi ng mga tindero.

"Talaga pong lagi akong nagsisikap para sa ikauunlad ng Pelaez. At sana kayo rin. Dahil sa ganyan lang tayo uunlad. Kung kaya nga po ay inilulunsad natin sa araw na ito ang aktibong kampanya natin sa tapat at mabilis na pagbabayad ng buwis ng ating mga mamamayan. Sa atin pong pagtutulungan, ay marami pa tayong magagawa para sa Pelaez."

Ilang hakbang na lang ang lalaki sa bise.

"Sa mga nagagawa natin, ay umuunlad ang ating bayan."

Nasa gilid na ng entablado ang lalaki, paakyat ng hagdan.

"Pag tayo'y umunlad, makakamtan natin ang tunay na pagtutulungan!"

Mabilis ang kilos ng lalaking lumalapit sa bise-alkalde.

"Noong isang taon lang po ay nag-donate ang inyong lingkod ng mga sardinas sa mga kapatid nating walang makain…."

Thooogh! Isang malakas na suntok ang agad pinalipad ni Bok-bok sa mukha ng nagsasalita sa mikropono. Natumba ang politiko, nahati ang mga tao sa umaalalay sa kanya at umaaresto kay Bok-bok. Pero mismong ang bise-alkalde ang nagsabing pabayaan na ang lalaki nang makilalang kaibigan ito ni Rogelio Manglicmot at imbitado noong araw na 'yon. Doon lang ulit nakuha ng okasyon ang buong atensyon ng mga tao. Bumaba ng entablado si Bok-bok nang parang walang nangyari, hatak-hatak ang tingin ng mga taong hindi makakibo.

Isang batang malungkutin at naging pala-iyak simula nang pumanaw si Rogelio ang noon lang ulit ngumiti. Si "Ging-Ging." Hinabol niya si Bok-bok na kilala niyang kaibigan ni Rogelio at tinanong habang nagpupunas ng luha.

"Kuya! Kuya! Mag-aayos ka rin ba ng mga sira?"

Nginitian siya ni Bok-bok. "Kung ano ang kaya ko."

Kumislap sa tuwa ang mga mata ng bata. "Ako rin!" At iniunat nito ang mga kamay na parang lumilipad na ibon habang tumatakbo papunta sa iba pang bata.

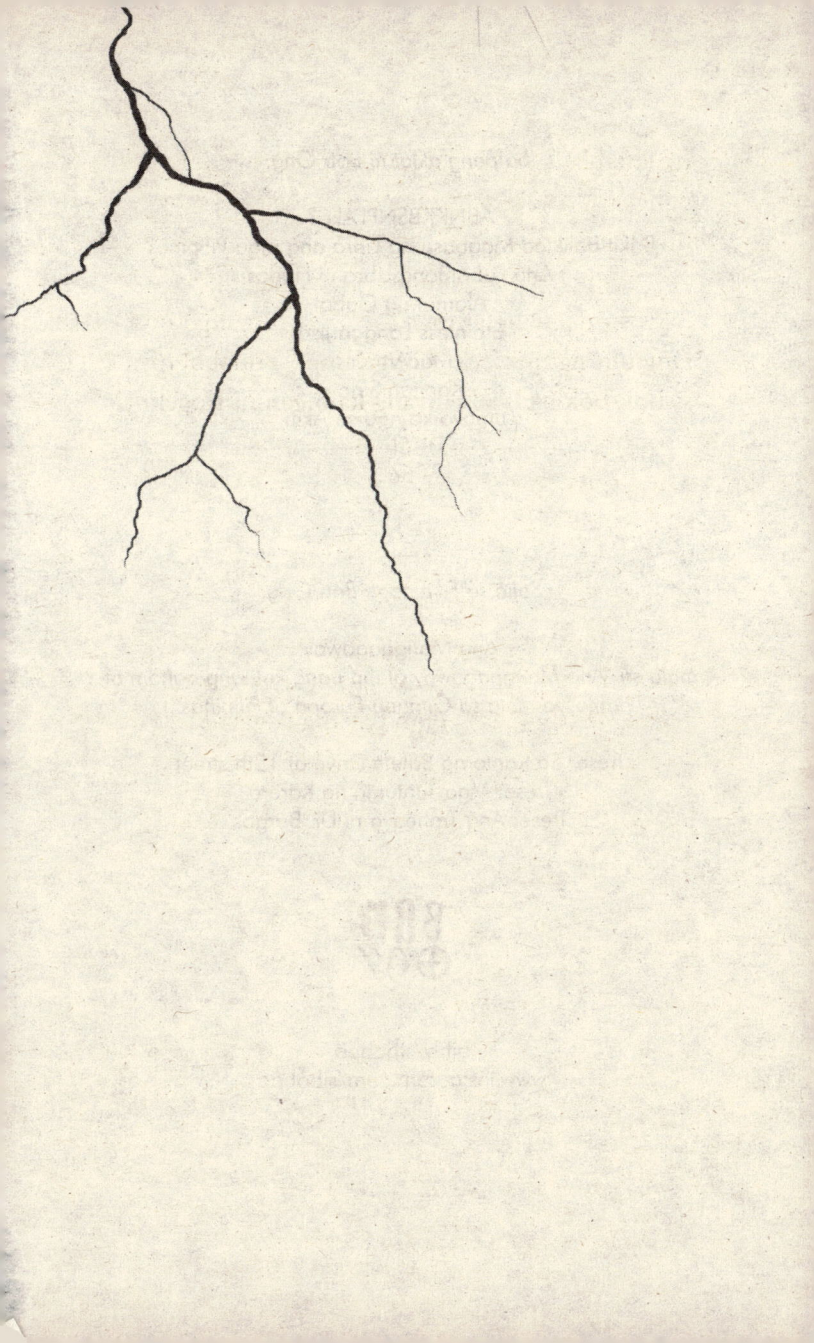

Iba pang aklat ni Bob Ong:

ABNKKBSNPLAko?
Bakit Baliktad Magbasa ng Libro ang mga Pilipino?
Ang Paboritong Libro ni Hudas
Alamat ng Gubat
Stainless Longganisa
MacArthur
Kapitan Sino
Lumayo ka nga sa Akin
Si
56

Salin sa Filipino ni Bob Ong:

Ang Manggagaway
mula sa *"Ang Manggagaway at iba pang kathang-agham at pantasya mula sa Gitnang Europa at Pilipinas"*

Trese: Sa Kanto ng Balete Drive at 13th street
Trese: Mga Tuntunin ng Karera
Trese: Ang Trahedya ni Dr. Burgos

bit.ly/sibobpo
www.instagram.com/sibobpo